व्यंकटेश माडगूळकर

I0664643

करुणाष्टक

मेहता पब्लिशिंग हाऊस

**KARUNASHTAK**
by VYANKATESH
    MADGULKAR
**करुणाष्टक । कादंबरी**
व्यंकटेश माडगूळकर
© ज्ञानदा नाईक
मराठी पुस्तक प्रकाशनाचे
हक्क मेहता पब्लिशिंग
हाऊस, पुणे.

**प्रकाशक**
सुनील अनिल मेहता,
मेहता पब्लिशिंग हाऊस,
१९४१, सदाशिव पेठ,
माडीवाले कॉलनी,
पुणे - ३०.
**अक्षरजुळणी**
इफेक्ट्स,
२१/६ब, कोथरूड,
पुणे - ३८.

**मुखपृष्ठावरील चित्र**
व्यंकटेश माडगूळकर
**मुखपृष्ठावरील
अक्षरे, मांडणी**
चंद्रमोहन कुलकर्णी
मुखपृष्ठावरील
लेखकाचे छायाचित्र
शेखर गोडबोले

**प्रकाशनकाल**
पहिली आवृत्ती
सप्टेंबर, १९८२/
एप्रिल, १९८६/
जून, १९९५/
ऑगस्ट, २००३/
जुलै, २००६/
जानेवारी, २०११/
मेहता पब्लिशिंग हाऊस
यांची सातवी आवृत्ती
मे, २०१२/
मार्च, २०१३/
पुनर्मुद्रण : जून, २०१६

P Book ISBN
9788184983753

E Books available on : play.google.com/store/books
                       m.dailyhunt.in/Ebooks/marathi

| एक |

आई, दादा, आम्ही चार मुलं आणि आजी नोकरीच्या गावी चाललो होतो.

आजी जन्मात पहिल्यांदा एवढा मोठा प्रवास करीत होती. ती फार गोंधळून गेली होती. टकाटका सगळीकडे बघत होती. एरवी सततच थोडा पुढं येऊन हनुवटीकडे झुकलेला तिचा खालचा ओठ आता जास्तीच बाहेर दिसत होता.

प्रवासात माझ्या वडलांच्या वृत्ती नेहमीच जास्त उत्तेजित होत. ते जास्ती चपळ होत. जास्ती घाबरे होत आणि जास्ती बोलत. अंगात संचार झाल्यासारखं त्यांचं सगळं वागणं असे.

प्रवासात आम्ही मुलं जास्ती खोडकर आणि जास्ती बेफिकीर होत असू. आम्हाला सारखं कशा ना कशाचं हसू येई.

— आणि आई, सर्वांचीच आई झाल्यासारखं वागे.

आजीची, आमची, दादांचीही.

सर्वांत ती आजीला प्रत्येक बाबतीत सांभाळे. आपण जर काही सांगायचं विसरलो, तर त्यांना काहीच येणार नाही म्हणून ती आजीला सतत सूचना देई :

"हं, बसा आता इथं निमूट. जाऊ नका इकडं तिकडं. भांड्यांच्या पोत्यांवर लक्ष असू द्या... आणि कोणी काही बोलायला लागलं, विचारायला लागलं की माझ्याकडे बोट दाखवून तुम्ही गप्प राहा. अगदी तोंड उघडायचं नाही....

"...हं... चला, निघायचं आता. खाली बघून चला."

हे सांगताना तिचा आवाज जरुरीपेक्षा उंच होई. खरं तर आजीला कमी ऐकू येतं, असं नव्हतं, पण म्हाताऱ्या माणसांशी बोलताना आवाज उंचच हवा असं आईला वाटे.

सगळा संसार बरोबर होता. भांड्याकुंड्यांनी भरलेली तीन पोती होती. दोन ट्रंका होत्या आणि चार गाठोडी होती. गेल्या गेल्या गिरणी शोधायला नको म्हणून आईनं पिठं सुद्धा घेतली होती. तिखटमीठ, डाळी, हळद आणि गूळ, हिंग आणि जिरेमिरे.

रात्री उशिरापर्यंत एकटीच बसून ती गेले कित्येक दिवस बांधाबांध करीत होती. एवढी एवढी गाठोडी करून ती कशाकशात कोंबत होती.

रात्री जाग आल्यावर मी उठून विचारी, "आई काय करतेस?"

"बांधाबांध रे बाळा, परमुलखात जायचं. तिथं नडीअडीला कोण आहे आपलं? आणि हे एवढं एवढं धान्यधुन्य उरलंय. ते इथे ठेवून काय करायचंय? घुशी-उंदरांची धन. आता लवकर कशाला आपल्या गावी परत येतोय आपण?"

एकूण आईला गाव सोडून जायचं म्हणजे फारच वाईट वाटत असावं. ती सर्वांचा निरोप घेत होती. वडीलधाऱ्या नातेवाइकांच्या पाया पडत होती. आम्हाला पडायला सांगत होती. 'येत्ये हं' म्हणून पदरानं डोळे टिपत होती.

निघायच्या दिवशी सकाळी सकाळी दादांनी जेव्हा घराला कुलूप घातलं, तेव्हाही मान वळवून तिनं डोळ्याला पदर लावलेला मी बघितला.

ओढ्याच्या काठापर्यंत घालवायला आलेली माणसं परत फिरली, तेव्हा तर तिला एकदम हुंदकाच आला.

दादा बैलगाडीमागून चालत होते. ते आपल्या काहीच लक्षात आलं नाही असं दाखवून म्हणाले, "दबाव रे बाबा, बैल आता. उन्हाच्या आत टेशनवर पोचलं पाहिजे...."

आजी हळूच पुटपुटली, "निघालो परमुलखाला! भगवंता! बाबा, सांभाळ रे!...."

आजी सर्वांत जास्त घाबरली ती, मिरज जंक्शनवर. ते चकचकीत लोखंडी रूळ, तो धाडधाड असा गाडीचा भयकारी आवाज आणि इंजिननं ठोकलेल्या शिट्ट्या ऐकताच; ती मटकन खालीच बसली.

दादा फार अस्वस्थ झाले. आईला ओरडून म्हणाले, "म्हातारीला सांभाळ. तिचा हात सोडू नकोस...."

तिघांची माळ होती. आई, तिच्या कमरेवर पेंगणारा माझा सगळ्यात धाकटा भाऊ, त्याला सावरत, सांभाळत म्हाताऱ्या बाईआजीचं एवढंसं मनगट धरून चालणारी आई.

सामानाचं ओझं वाहणाऱ्या हमालामागोमाग आमची पळापळ सुरू होती. रूळ ओलांडून पलीकडं जायचं, म्हणजे पूर आलेल्या नदीतून पलीकडे जाण्यासारखा प्रकार होता.

आजी आधी काडीसारखी, त्यात भेदरलेली.

आईला वाटलं, आपण मधे गेलो आणि धाड्ऽधाड्ऽ करत आगीनगाडी आली तर?

मी आणि भाऊ दादांच्या मागोमाग उड्या घेत गेलो.

आई आजीचं मनगट धरून ओरडत होती, "चला चटचट पाय उचला. ऐकलंत का, मी काय म्हणतीय ते? अहो, एवढं घाबरायला काय झालं?"

अनेक रुळांच्या रेघा, खडी, ओल. शिवाय जमिनीबरोबर गेलेल्या कसल्या कसल्या तारा आणि मोठमोठ्यांदा होणारे आवाज, लोकांचा गलका, धावपळ. आजवर पाऊलवाट किंवा गाडीवाट याशिवाय काही न बघितलेली पंचक्रोशी ओलांडून कधीही न गेलेली आजी – तिचा धीरच सुटला.

'भगवंता, भगवंता...' असा देवाचा धावा करीत अंगावरचं तांबडं आलवण आवरीत, केस नसलेल्या डोक्यावरचा पदर सावरीत ती उतारावरून ढेकूळ गडगडत जावं, तशी आईमागोमाग जात होती. जाता जाता कशाला तरी थटलीच आणि कोलमडली. पाटीवर उभी ठेवलेली पेन्सिल पडावी तशी रुळांवर पडली. पडताच अगदी कळवळून ओरडली, "मेल्ये, मेल्ये!"

दादा धावले, हमाल धावले.

दादांनी तिला धरून उठवली, अंग झटकलं. 'बाई, तुला लागलं का?' म्हणून विचारलं, तेव्हा बारीक आवाजात विव्हळून आजी म्हणाली, "डिगू, पडल्ये रे मी. हाडाला मार लागला...."

दादांनी तिचं मनगट पाहिलं आणि म्हणाले, "बरं, बरं, चल आता. मग बघू...."

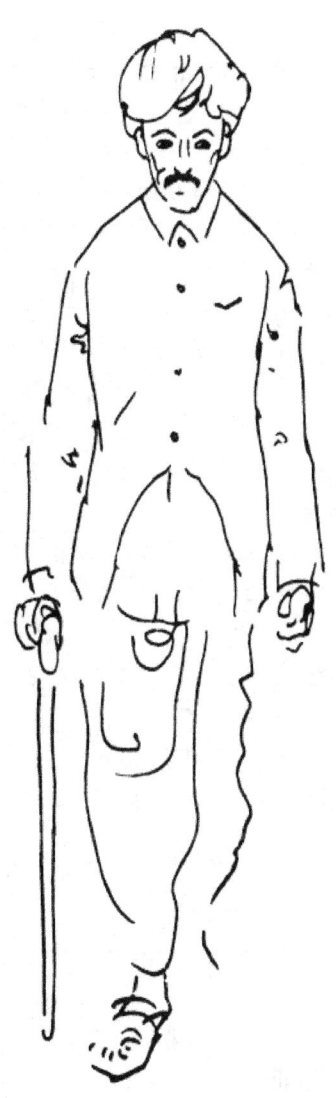

पुढे, ते उजव्या हाताचे दुखावलेले मनगट डाव्या हातात धरून माझी आजी चुलीच्या उबेला बसलेली मी किती दिवस पाहत होतो. बिबे घालून घालून हे मनगट कोळशासारखं काळं पडलं होतं. आपल्या गावातून तिला जणू उपटून आणावं तसं आणलं गेलं होतं.

या प्रसंगानंतर मुळं उघडी पडलेल्या वेलीसारखी आजी सुकत सुकत गेली.

दादांच्या नोकरीचं हे गाव आमच्या एवढ्याशा जन्मगावापेक्षा कितीतरी वेगळं होतं. अस्ताव्यस्त, कुरूप आणि अनोळखी चेहऱ्याचं.

गाव उंचावर होतं आणि ओढा बराच खोलात असा खाली होता. ओढ्याकडे जाण्यासाठी उताराचे, लांबलचक आणि अरुंद रस्ते होते. या रस्त्यांवरून पाय घसरू नयेत म्हणून चपटे दगड रुतवले होते; पण अनेक वर्षांनी ते आता इतके गुळगुळीत झाले होते की, फार सांभाळून चालावं लागे. या रस्त्याच्या दोन्ही बाजूंनी गटारं वाहत होती. दोन्हीकडं घरांच्या उंच उंच दगडी पाठभिंती होत्या. यांपैकी एका रस्त्याच्या कडेला उंच बांधून काढलेल्या जोत्यावर, रस्त्याकडे पाठ करून बसलेलं असं आमचं कौलारू घर होतं.

हे घर म्हणजे एका सज्जन भटजीची इस्टेट होती. पोटी पोरबाळ नसलेले हे वृद्ध भटजी कुठं दूरच्या तीर्थस्थानी जाऊन राहिले होते. बरीच वर्षं या घरात माणसांची वस्ती अशी नव्हतीच. मुळात हे पूर्वेकडे तोंड करून बांधलेलं चौसोपी घर असावं; पण आता पडझड होऊन चार खण बाकी उरले होते. पूर्वीचा मधला लहानसा चौक म्हणजे आताचं अंगण होतं.

समोरच्या जाप्त्यात दादांच्याच कचेरीत कारकून असलेले एक परगावचे गृहस्थ होते. त्यांनी नुकतंच लग्न केलं होतं. पण अजून इथं बिऱ्हाड केलं नव्हतं. हेही घर तीन खणांचं होतं.

डावीकडे खिंडार होतं. हे खिंडार म्हणजे पूर्वी कधीतरी, आज असलेल्या या समोरासमोरच्या घरांना जोडणारा सोपा असावा.

अंगण उतरून खाली गेलं की, इथं समोर एक खोली होती. तिच्यात अडगळ होती.

मग पायऱ्या – उजव्या बाजूला. त्या उतरून गेलं की, ओढ्याकडे जाणारी फरशीची वाट, गुळगुळीत आणि ओलसर.

हे घर फार एकाकी होतं. त्याला शेजार नव्हता. चहूकडे खिंडारं होती. पांढरमातीचे ढिगारे होते. दगडी भिंताडं होती. ढासळलेली दगडं होती. पावसाळ्याच्या दिवसात सगळीकडे उंच-उंच गवत आणि नाना वनस्पती वाढत. काळा धोत्रा,

पांढरा धोत्रा, लोखंडी, कांगुण्या, घाणेरी, कोरफड, अडुळसा अशी मोठमोठ्या पानांची झुडपं तरारत. पडक्या भिंतींवरून वेली लोंबत. असल्या गचपणातून लाल तोंडाची मुंगसं बिळं करून राहत. घोरपडी हिंडत आणि नाग-धामिणीसारखे सर्प तर वारंवार दृष्टीला पडत.

सकाळी दादा लवकर कचेरीला जात. दोन्ही भाऊ शाळेला जात. आई धुणं-भांड्यांसाठी ओढ्यावर जाई. माझीही शाळा पार पलीकडे ओढ्याकाठच्याच एका बोळात होती. तिथं मी फार नाखुशीनं जात असे. कारण गोष्टीतल्या बकासुरासारखे दिसणारे शाळेचे मास्तर पोरांना फार बदडत असत. कशाकशाचं निमित्त करून मी घरी पळून येत असे.

आमच्या घराला कुलूप कधीच लागत नसे. कारण सगळे बाहेर गेले, तरी बाईआजी कधीही कुठं जात नसे. ती अंगणात, उंबऱ्यात बसून असे. शरीरानं उंबऱ्यात असली तरी मनानं ती कुठंतरी भटकत असे आणि बऱ्याच वेळा तोंडानं काहीबाही पुटपुटत असे.

मी मधल्या सुट्टीत घरी गेलो म्हणजे भुईला हात टेकून आजी उठे आणि मला कधी शेंगा, तर कधी हरभरे तव्यावर भाजून देई. काही नाही तरी तेल-तूप टाकून कणीक भाजावी, तिच्यात थोडा गूळ घालावा आणि त्याचा एवढासा लाडू करून वाटीतून द्यावा असं तिचं चाले.

– आणि आई म्हणे की आजी भ्रमिष्ट आहे, आजच झाली आहे असं नव्हे; तर ती पहिल्यापासूनच तशी आहे.

दादांच्या लहानपणी म्हणे, ती त्यांना एकदा विसरलीच होती. आता जशी ती तपकिरीची डबी कुठंही विसरते तशी.

कुणाचं तरी लग्न होतं. वऱ्हाडी म्हणून सगळे गाड्या जोडून राजुरीला गेले होते. लग्न धुमधडाक्यानं पार पडलं. तिसऱ्या दिवशी बैलगाड्या जोडून सगळं वऱ्हाड भल्या पहाटे परत फिरलं. गावापासून मैल, दीड मैल गाड्या आल्या आणि आजोबांनी चौकशी केली की, लहानगा दिगू कोणत्या गाडीत आहे? पाच-सहा गाड्या होत्या. सगळ्यांत बघून झालं आणि मग लक्षात आलं की, पोरगं लग्नघरातल्या जाजमावर झोपलं होतं, ते तिथंच राहिलं.

आजोबांनी एक गाडी मागं फिरवली. बैल चौखूर उधळले. दीड मैलाचं अंतर हां-हां म्हणता काटून गाडी लग्नघरासमोर पुन्हा येऊन उभी राहिली.

आजोबा धावत आत गेले, तर यांना ज्या सोप्यात उतरायला जागा दिली होती, तिथल्या एका कोपऱ्यात जाजमाच्या गळाठ्यात पोरगं मुटकुळं करून झोपलेलं, उचलून पाठी टाकलं आणि घेऊन आले.

''पोटचं पोर विसरलीस कशी?'' म्हणून सगळी वडीलधारी माणसं आजीला लाख बोलली. आजोबा काही बोलले नाहीत.

हा सगळा प्रसंग सांगून झाल्यावर आई म्हणे, "केवढा बलदंड, केवढ्या कर्तुकीचा माझा सासरा! कसा त्यानं या अर्धवटाशी प्रपंच केला असेल, देव जाणे!"

मी एकवार आईला विचारलं होतं, "आई, आपली बाईआजी भ्रमिष्ट कशानं झाली?"

आई म्हणाली, "तिच्या डोक्यावर परिणाम झालाय...."

"कशामुळे?"

"अरे, फार जुनी हकिकत आहे. आत्ता आपलं घर आहे ना, या जागी जुनापुराणा वाडा होता कधीकाळी. त्याची भली मोठमोठी भिंताडं अर्धवट उभी असतानाच ही जागा तुझ्या आजोबांनी विकत घेतली आणि 'जमेल तेव्हा बांधू घर, तूर्त आडोसा झाला म्हणजे पुरे', असं म्हणून झोपडी बांधली.

"या झोपडीत तुझी आजी जेव्हा जेव्हा एकटी असायची, तेव्हा तेव्हा अवसे-पौर्णिमेच्या रात्री तिला आवाज ऐकू यायचे, 'मी येऊ का?... मी येऊ का?... मला यायचं आहे....'

"हिनं घाबरून नवऱ्याला सांगितलंच नाही कधी; पण पुढे-पुढे हे आवाज सारखे ऐकू यायला लागले. भूतखेत काही असलं तर इथे कशाला वाडा बांधायचा, म्हणून हिनं धीर करून नवऱ्याला गोष्ट सांगितली. तो कसला शहाणा माणूस, त्यानं लगेच ओळखलं. म्हणाला, 'अगं ते भूत नव्हे, पिशाच नव्हे. गुप्त धनाचा हंडा असला पाहिजे आणि तो तुझ्या नशिबात आहे असं दिसतंय. तर आता, येऊ का म्हटलं, की म्हणावं 'ये!' "

"एका पौर्णिमेला हिला आवाज आले 'येऊ का? मी येऊ का?' ही म्हणाली, 'ये!' तर पुन्हा आवाज आला, 'पश्चिमेकडं जी पडकी भिंत आहे, तिच्या पायात मी आहे!'

"हिनं ते तुझ्या आजोबांना सांगितलं. मग त्यांनी मध्यानरात्री उठून बघ, एकट्यानं कुदळ-फावडं-पाटी घेतली आणि पाया उकरायला सुरुवात केली. एका रात्रीत एवढं उकरून होईल का? पाच रात्री लागल्या. पाचव्या रात्री मातीच्या रांजणावर कुदळ वाजली. चांगलं दीड पुरुष खोदून झालं होतं. आजोबांनी तुझ्या आजीला सांगितलं, 'आता याला मी स्पर्श करीत नाही. तू कर आणि काय दिसतंय ते सांग. ही तेव्हा तरणी होती. ओचेपदर खोवून ही आत उतरली आणि फावड्यानं माती सारून तिनं रांजणाचं तोंड उघडं केलं. तुझे आजोबा घरात येऊन बसले होते. ही एकटीच कारभार करीत होती. रांजणाच्या तोंडावर दगड झाकलेला होता. चांगला घडीव असा. तो हिनं खटाटोप करून दूर केला आणि पेटत्या काकड्यानं आत पाहिलं तर रांजणभर धनाची माती झाली होती रे. सगळी माती! काही नव्हतं त्यात!

''त्या प्रसंगापासनं बघ, आजी भ्रमिष्ट झाली, अशी ती आजतागायत आहे.''

आजीनं हात लावताच धनाची माती का झाली हा प्रश्न विचारला की, आई म्हणायची, ''नशिबात नसताना हात लावला की सोन्यारुप्याची सुद्धा मातीच होते.''

आम्हाला मात्र आजी कधीही अर्धवट वाटली नाही. आमच्या गावी मी एकटा सुद्धा तिच्यापाशी राहिलो होतो. ती रात्री मला पुढ्यात घेऊन झोपवायची. पहाटे लवकर उठून जात्यावर दळायची. दुपारी रानामाळात जाऊन घोळ, पात्रा नाहीतर करडा, हरभरा; अगदीच काही नाही तर कोवळा सराटा अशी रानात आपोआप उगवणारी भाजी वेचून आणायची. तळहातासारख्या जाड अशा जोंधळ्याच्या दोन भाकरी बडवायची. त्याच तव्यात भाजी परतायची आणि मला जेवू वाढायची. मी जेवलो की सावकाश ती स्वत: तो तवा पुढ्यात घेऊन परातीतच भाकरी वाढून घेऊन चवीनं जेवायची. धुणं-भांडी उरकून झाल्यावर सोप्याला, घोंगड्यावर मऊ आलवणाची घडी घालून झोपायची.

अंगावर एकच वस्त्र लेण्याची धर्माज्ञा झालेली आजी मला पुढ्यात घेऊन झोपवायची, तेव्हा एकवार तिची शुष्क, उघडी, लोंबणारी छाती पाहून मी विचारलं होतं, ''आजी, यात दूध नाही का गं?''

तर म्हणाली, ''पिऊन टाकलं सगळं तुझ्या बापानं केव्हाच. आता वाळून कोळ झाल्येय मी. कुठलं रे आता दूध?''

आमच्या गावी होतो, तोवर आजी चांगली होती. नोकरीच्या या गावी आलो आणि ती गप्प गप्प झाली. तिच्या ओळखीचे, गावकऱ्यांचे, गावातल्या म्हाताऱ्या बायकांचे चेहरे तिला दिसेनात. गाई-गुरांचे आवाज ऐकू येईनात. जवळपास कुठं हिरवं रान दिसेना. सकाळी कोंबड्याची बांग ऐकू येईना. दळणाचे, मोटेचे आवाज कधी कानी पडेनात. त्यामुळे तिचा चेहरा सदा केविलवाणा आणि डोळे भेदरलेले दिसू लागले.

उठता बसता आजी कण्हू लागली.

कचेरीला सुट्टी असली म्हणजे दादा बाजारात जायचे आणि काहीबाही घेऊन यायचे. आठवणीनं आजीला तपकीर आणायचे. ती केळीच्या सोपटाची तपकिरीची पुडी तिच्या समोर बसून डबीत भरून द्यायचे. मऊ स्वरात विचारायचे, ''बाई, तुला काय होतंय? गोड नाही का वाटत? बोलत का नाहीस कुणाशी?''

जवळपास आई नसली म्हणजे बाईआजी म्हणायची, ''मला आपल्या गावी जावं वाटतं रे डिगू. माझं मन हितं रमत नाही. कुठं येऊन पडल्ये असं वाटतं.''

मग दादा हसून म्हणायचे, ''एवढंच ना, जाऊ की! आता या चंपाषष्ठीला – आपल्या खंडोबाच्या यात्रेच्या वेळी जाऊ.''

मग आजी चंपाषष्ठी कधी येते हे बोटांवर मोजत राहायची.

या गावी पाण्याचे फार हाल होते. ओढ्याला बारा महिने काही पाणी राहत नसे. मग ओढ्याच्या पात्रात जागोजागी खोल झरे काढून त्यावर गावकरी लाकडी पिंप बसवत. पिंपांच्या चोहोबाजूंना दगडविटा, वाळू घालून तात्पुरती अशी लहान विहीरच केली जाई. या पिंपांभोवती पितळी, लोखंडी घागरींचा, हंड्यांचा वेढा पडायचा. पाळी येईल त्यानं पिंपाच्या तोंडाशी बसायचं आणि वाकून वाकून तांब्यानं पाणी घेऊन घागर भरायची. एक डोक्यावर, एक कमरेवर अशी वागवत चढ चढून घरी यायचं.

या पाणी भरण्याचा आईला एवढा धसका बसलेला होता की, कधीही मध्यरात्री जाग येताच ती ओढ्यावर जायला निघायची. घरात घड्याळ नव्हतंच. आभाळ बघून किती वाजले याचा अंदाज घ्यायचा आणि दिशा उजळल्या आहेत, डोळ्याला थोडं दिसतंय असं बघून बाहेर पडायचं. कधीमधी हा अंदाज साफ चुकायचा. किट्ट काळोखात फक्त बेडक्यांचे आवाज यायचे. बिचारी आई एकटीच झऱ्याशी बसून पाणी भरायची आणि जड घागरी घेऊन धापा टाकत घरी यायची.

बऱ्याच वेळानं पहाटवारे सुटायचे आणि हिच्या लक्षात यायचं की, आपण तीन वाजायच्या सुमारालाच ओढ्यावर जाऊन आलो!

एकदा आई अशीच मध्यानरात्री जागी झाली.

घरात आम्ही तीन पोरं, आजी होतो. थोरला भाऊ अभ्यास करण्यासाठी सवंगड्यांबरोबर शाळेत झोपायला जायचा. या दिवशी दादा सरकारी कामासाठी शेजारच्या गावी गेले होते.

उशाशी ठेवलेली चिमणी आईनं अंधारात चाचपडत लावली. मंद उजेड पडला. तिची नजर दाराकडे गेली आणि छातीत धस्स झालं. तोंडाला कोरड पडली आणि कपाळावर घाम जमला.

या तीन खणांच्या कौलारू घराला बाहेर जाण्यासाठी जे दार होतं, त्याच्या डाव्या बाजूच्या भिंतीवर भलामोठा नाग वरच्या छपरातून खाली लोंबत होता. खाली येण्यासाठी आधार शोधत होता.

ढणाढणा जळणारी चिमणी. भिंतीवरच्या गडद काळ्या सावल्या आणि छपरातून खाली लोंबणारा हा काळ – चांगला पुरुषभर उंचीचा. त्याच्या जिभा तोंडातून बाहेर येत होत्या, आत जात होत्या. हा वळून, मुरडून चहूकडे बघत होता.

आईला भीतीनं हुडहुडी भरली.

आजीला म्हातारपणामुळे रात्रीतनं तीन-चारदा उठावं लागे. ती जागी झाली आणि अंथरुणावर उठून बसली. दार उघडून बाहेर जाऊन येण्यासाठी उठायला लागली, तशी आई दबक्या आवाजात डाफरली, ''कुठं निघाला तुम्ही? झोपा गप्प.''

आजी भिऊन मुठीएवढी झाली; पण जराशानं हळूच म्हणाली, ''मला जाऊन यायचं आहे ग बाहेर....''

पुन्हा आई कुजबुजली, ''काही नाही जायचं. समोर दिसतंय ना, काय आहे ते!''

आजीनं डोळे ताणून ताणून पाहिलं. काही दिसत नव्हतं. आजी म्हणाली, ''मला काही नाही दिसत.''

''कसं दिसेल? डोळे धड आहेत का? अहो तो बघा, काळ लोंबतोय खुंटीपाशी समोरच्या!''

तरीही आजीला काही दिसलं नाही.

खुंट्या दिसल्या. कोनाडा दिसला. दार दिसलं. आतून लावलेली कडी दिसली. मग थंडी सोसवेना म्हणून पांघरुणाचा गळाठा लपेटून ती कलंडली.

आई टक्क जागी राहिली.

लोंबणाऱ्या नागानं अंग ताणलं आणि दारावर उडी घेतली. बंद दाराच्या सापटीतनं तो सळासळा खाली उतरला आणि दाराच्या कणसाला वेढे घालून बसला.

प्रत्यक्ष यमच दारात बसला होता आणि मुलं, मुलांची आई आणि म्हातारी आजी.

आस्तिक, आस्तिक, आस्तिक....


किती वेळ गेला, कोण जाणे.


एक डुलका काढून आजी पुन्हा उठून बसली, तर पहाटवारा दाराच्या फटीतनं आत झुळकत होता. आई भिंतीशी पाठ घसरून बसल्या जागीच झोपली होती. चिमणी विझून गेली होती.

आजीनं हळूच धाबळी अंगाभोवती गुंडाळली. चाचपडत चाचपडत ती दारापाशी गेली. कडी काढून तिनं दार उघडलं.

बाहेर दिशा उजळल्या होत्या. कावळे जड आवाजात ओरडत होते.

संध्याकाळी दादा दमूनभागून घरी आले.

कपडे काढून सतरंजीवर थोडे निवांत बसले आणि चुलीपुढे काम उरकत आईनं ही सगळी हकिकत आम्हा मुलांच्या समक्ष त्यांना सांगितली.

दादांनी ती थक्क चेहऱ्यानं ऐकून घेतली आणि कोपऱ्यात बसलेल्या आजीला विचारलं, ''बाई, तुला काहीच कसं दिसलं नाही?''

आजी म्हणाली, ''नाही बाबा, दिसलं. रात्री नाही, पहाटे दार उघडून गेले बाहेर, तेव्हाही नाही.''

''दार उघडून गेलीस? भीती नाही का वाटली?''

''कशाची भीती आता डिगू? मला कोण काय करतंय!''

मग थोडा वेळ गप्प राहून दादा आईला म्हणाले, ''तुला भास तर झाला नाही?''

या शंकेनं आई एकदम बिथरली. म्हणाली, ''मुळीच नाही. भास कशानं होईल आणि भास असा तासन्तास टिकतो का? मी तुम्हाला सांगते, ही निपुत्रिकाची वास्तू आहे. इथं पोरंबाळं घेऊन राहायला आता माझं मन धजणार नाही. यापेक्षा मी बेलदारासारखं झाडाखाली जाऊन राहीन!''

दादा म्हणाले, ''बरं.''

खरं तर असं निर्वाणीचं बोलणं हा काही आईचा मूळ स्वभाव नव्हता. कुणाला काय वाटेल, याची पर्वा न करता ठाण-ठाण बोलावं हे मधेच तिच्या स्वभावानं घेतलेलं अगदी अस्वाभाविक असं वळण होतं. ते पुढे बराच काळ टिकलंही.

तिचा चेहरा आणि स्वराची धार बघून दादा गप्प झाले.

हळूहळू त्यांनी घराचा तपास सुरू ठेवला.

पण इतकं सोयीस्कर घर दुसरीकडं कुठं मिळणं दुरापास्त गोष्ट होती. इथं मालकाचा काही जाच नव्हता. या घराला भाडं असं नव्हतंच. घर सारवून-सुरवून स्वच्छ ठेवावं आणि रात्री घरात दिवा लागावा, एवढ्या माफक अपेक्षेनं भटजींनी हे घर आमच्या ताब्यात दिलं होतं. कधीकाळी स्वत: आले तर डोकं टेकायला जागा हवी म्हणून भटजींनी आमच्यासमोर दहा हातांवर असलेल्या तीन खणांच्या घरापैकी एका खणाच्या खोलीला आपलं कुलूप लावलं होतं.

या घरात विठूकाका राहत होते; पण त्यांची काही सोबत आम्हाला नव्हती. त्यांना वरचेवर फिरतीवर जावं लागे. एकदा गेले म्हणजे आठ-आठ दिवस ते घरी येत नसत. आले की चार-सहा दिवस राहत आणि पुन्हा निघून जात.

हे विठूकाका पहिलवान होते आणि त्यांच्या ओठावर जाड जाड मिशा होत्या. ते मुक्कामाला असले म्हणजे दादा त्यांच्याकडे जाऊन बसत. उशीरापर्यंत

गप्पा चालत.

या काकांना आईनं जेव्हा पुरुषभर उंचीच्या नागाबद्दल सांगितलं, तेव्हा त्यांचा चेहरा गंभीर झाला. म्हणाले, ''काहीतरी केलं पाहिजे!''

दोन दिवसांनी ते एका मांत्रिकाला घेऊन आले. त्यानं दोन तास हिंडून सगळीकडे तपास केला. जवळपासच्या कोणत्याही बिळात नाग असेल तर आपण त्याला तात्काळ पकडून नेऊ अशी त्याची प्रतिज्ञा होती.

पण धोतराची लुंगी नेसलेल्या, जटा वाढविलेल्या, गळ्यात मोठ्या रुद्राक्षांची माळ घातलेल्या, कपाळावर शेंदूर आणि डोळ्यात गुलाल असलेल्या या दाढीवाल्या मांत्रिकाला नाग मुळीच शोधून काढता आला नाही.

मग ओढ्याला जाऊन हा पाटीभर वाळू घेऊन आला.

लिंबू, कुंकू, ऊद, उडीद असं काहीबाही मागून घेऊन त्यानं एका बाजूला जाऊन ही वाळू मंतरली आणि पानाभोवती रांगोळी घालावी तशी ती घराभोवती पेरली.

आम्ही सगळे भेदरून त्याचा हा खटाटोप बघतच होतो. विठूकाकाही उघडेबंब असे त्याच्या मागोमाग गंभीरपणे हिंडत होते.

सगळे मंत्रविधी आटोपल्यावर हा हात जोडून आईला म्हणाला, ''माई, मी बंदोबस्त केलाय. आता कधी तो बाबा तुझ्या नजरेला पडणार नाही.''

विठूकाकांनी त्याला आपल्या घरी बोलावला आणि आई काही बोलायच्या आत बिदागी देऊन त्याची बोळवणही केली. म्हणाले, ''वहिनी, असले लोक अंतरावरच बरे.''

त्याच दिवशी संध्याकाळी दादा आनंदानं घरी आले आणि डोईचा रुमाल काढून डोक्यावर हात फिरवीत म्हणाले, ''बरं का हो, आज गोडधोड करून सगळ्यांनी आनंदानं जेवावं अशी बातमी आली.''

आईनं उत्सुकतेनं विचारलं, ''काय ती?''

''आम्हाला बढती मिळाली. जेलर झालो.''

आई यावर कौतुकानं 'होय?' म्हणाली; पण तिच्या चेहऱ्यावर प्रश्नचिन्ह उमटलंच.

मग माझ्यापेक्षा मोठा भाऊ म्हणाला, ''जेल म्हणजे तुरुंग. जेलर म्हणजे तुरुंगाचे अंमलदार.''

वडील मिशा गोंजारीत म्हणाले, ''म्हणजे पगार काही म्हणावा तसा वाढला नाही; पण अधिकार वाढला. जेलरला पुष्कळ सत्ता असते.''

सत्ता म्हणताच आईनं पुढची मनोराज्य केली – 'आता छातीला लाल पट्टा अडकवलेला, खाकी डगला घातलेला शिपाई आपल्या दिमतीला येईल. तो पोरांना

शाळेला नेईल-आणील, मला भाजी, दळण आणून देईल. सकाळी पाण्याच्या दोन घागरीसुद्धा आणील. काय हरकत आहे?'

दादांना बढती मिळाली आणि आईच्या ध्यानीमनी लोंबणारा नाग हळूहळू निघून गेला.

□

## | दोन |

आपलं एवढंसं खेडं सोडून या नोकरीच्या गावी आल्यावर माझ्या आईला पहिली उणीव भासली, ती अडीअडचणीला उपयोगी पडणाऱ्या शेजाऱ्या-पाजाऱ्यांची. आपल्या गावी सगळी माणसं आपलीच होती. कुणालाही हाक मारावी आणि म्हणावं, ''अरे भिमा, एवढं ज्वारीचं पोतं मला खाली उतरून दे की.''

तो मिशावाला मोठ्या उत्साहानं घरात येऊन, आपली ताकद खर्चून बामणाच्या काकींस्नी पोतं काढून देई आणि 'जाऊ का आता' म्हणून पटका खोचत निघून जाई.

आमचे वडील नोकरीच्या गावी कुठंतरी दूर असत आणि आम्ही पोरं घरी नाना उद्योग करून आईला संकटात टाकत असू. तिला बिचारीला धावाधाव करावी लागे. कुणाला तरी बोलावून आमच्यावर उपचार करावे लागत.

रँवऽऽ रँवऽऽ वाजणारं खेळणं तयार करण्यासाठी आम्हाला घोड्याच्या शेपटीचा लांब केस हवा होता. तिसऱ्या प्रहरी आसपास कोणी नाही अशी संधी बघून माझ्यापेक्षा मोठा भाऊ आणि मी चावडीसमोर बांधलेल्या घोडीच्या शेपटीवर डोळा ठेवून काही वेळ उभा राहिलो. मला धैर्य झालं नाही. भाऊ हळूच पाय न वाजविता,

एक एक पाऊल पुढे गेला.

खट्याळ म्हणून नाव कमावून असलेली पुष्ट पुठ्ठ्याची ती घोडी डोळे मिटून दिडक्या पायावर विसावा घेत होती.

तिच्या मोठ्ठ्या, लांब शेपटाचा सर्वांत लांब असा केस चिमटीत धरून भावानं खसकन हिसकला.

त्याच क्षणी धाडकन घोडीनं टाप हाणली आणि त्या दणक्यानं भाऊ उलटा होऊन धुरळ्यात उताणा पडला.

उजव्या डोळ्याच्या खाली अर्धा इंच, घोडीची नाल मारलेली टाप लागून रक्ताची धार लागली होती!

काही क्षणातच गालावरचं रक्त शर्टावर ओघळलं. तळहाताला लागलं आणि तो मोठमोठ्यानं रडायला लागला.

मी धावत जाऊन आईला सांगितलं, "भाऊ रक्तबंबाळ झालाय. त्याला तात्यांच्या घोडीनं लाथ मारली!"

डॉक्टर किंवा वैद्य आमच्या गावी फार काय, पंचक्रोशीतही नव्हते.

ही जखम बरी करायला कारंडेमामा उपयोगी पडला. त्यानं काताची वस्त्रगाळ पूड जखमेत भरली आणि बघायला दिसावं म्हणून एकच डोळा मोकळा ठेवून पट्टी बांधली.

एका डोळ्यानं बघत काही दिवस माझा भाऊ हिंडला आणि लवकरच बरा झाला.

आमच्याच वाड्यातल्या सोप्यात, भिंतीच्या खुंट्या वेंघता-वेंघता हात सुटून मी जोरानं कठीण जमिनीवर आपटलो. उजव्या डोळ्याच्या वर तिरका घाव बसावा अशी भिवईवर दीड इंच जखम झाली.

डोळा आणि चेहरा रक्तानं माखला.

हीही जखम कारंडेमामांनी दगडीचा पाला भरून बरी केली.

वण कायम राहिला.

मला जन्मखूण अशी नव्हती. ती चांगली ठळक, कुणापासूनही लपविता येऊ नये अशी झाली.

आजपर्यंत दोन वेळा पासपोर्टमध्ये नोंदवायला मला तिचा फार उपयोग झाला.

ना जातीतले, ना गोतातले, पण कष्टाळू शेतकरी कारंडेमामा आणि त्यांची कपाळावर रुपयाएवढं कुंकू लावणारी, दोन्ही हातांवर कोपरापर्यंत हिरवं गोंदण असलेली मामी या दोघांनी माझ्या आईला किती उपकृत करावं?

महिन्यातले चार दिवस आई बाजूला बसली की, घरात स्वयंपाकपाणी करायला कोणी नसायचं. आम्ही पोरं लहानधाकटी होतो. एरवी कुणातरी भाऊबंदाघरी पीठ पाठवून दशम्या करून आणता येत; पण श्रावणी सोमवार, शुक्रवार असं काही असलं की आईला फार वाईट वाटायचं. मग ती तरातरा या मामीकडं जायची आणि काही कानगोष्ट सांगून यायची.

आमची भुकेची वेळ झाली की खाजगी आवाजात म्हणायची, ''जा रे, मामीकडं जाऊन जेवून या.''

ब्राह्मणांच्या मुलांनी कुणब्याच्या घरी जेवायला जाणं, हा तेव्हा फारच मोठा भ्रष्टाचार होता. कुणाला न दिसता आम्ही गुपचूपच जायचो.

हौसामामी घोंगड्याचा पडदा टाकून आडोसा करायची आणि लख्ख घासलेल्या मोठमोठ्या पितळ्यांतून तेलावरच्या पुरणपोळ्या, कटाची झणझणीत आमटी, गुळोणी, भजी, पापड्या-कुरोड्या असं चमचमीत जेवू घालायची.

वरचेवर आपल्या कारंडी हेलानं म्हणायची, ''पोटभर जेवा रं लेकरांनू... तुमच्या आईवानी काय ग्वाड न्हाई माझा हात. पर उपाशी उटू नका. गुळोनी दिऊ का आनी?''

तांबडंभडक इरकली लुगडं नेसलेली मामी समोर बसून हाताचा मुटका गालावर ठेवून आमचं जेवण बघायची.

अगदी पहिल्या वेळेला आईची ही सूचना ऐकून मीच बुजलो. धीर करून आईला विचारलं, ''आई, कारंड्याकडं जेवलं तरी चालतं?''

आई म्हणाली, ''अरे, अजून मुंजी झाल्या नाहीत ना तुमच्या, तोपर्यंत काही हरकत नसते. जा.''

हेमाद्रीप्रमाणे आईचा स्वत:चाच एक अलिखित 'चतुर्वर्ग चिंतामणी' होता. औषधपाणी, सणासुदीचं मिष्टान्न हे द्यायलाच आईला माणसं मिळत असं नव्हे तर आईचं दूध देणारी सुद्धा मिळत.

आईनंच एकदा मला सांगितलं की, ''तू पाटलिणीचं दूध पिऊन वाढला आहेस. तुझा जन्म उन्हाळ्यात – चैत्र महिन्यात झाला. जन्मलास तेव्हा तांबडालाल होतास. या बाळंतपणात मी फार आजारी पडले. तुला पदराखाली घेता येईना मला. बायजापाटलीण माझी मैत्रीण होती. तीही त्याच वेळेला बाळंत झाली होती. तिलाही मुलगा झाला होता. तुम्हा दोघांची भूक भागंल, एवढं दूध तिच्यापाशी होतं. मी निरोप पाठवला, तशी ती आली.

''मी म्हणाले, 'बाई, माझ्या पोराला अंगावरचं दूध नाही मिळालं तर त्याला

बाळसं नाही धरायचं. वरचं दूध त्याला एवढ्यात कसं घालू? तू येऊन पाजून जाशील का?''

''तर म्हणाली, हो, येत्ये की. मलाच जुळं झालंय म्हणीन.''

''तर, त्या पाटलिणीचं दूध पिऊन तू वाढला आहेस, म्हणून असा आहेस. हातात बंदूक घेऊन पाखरं मारतोस, मांसमच्छर खातोस. हा सगळा त्या दुधाचा गुण आहे.''

ही माझी पाटलीण-आई अगदी परवा परवापर्यंत मी गावी गेलो की, काठी टेकीत टेकीत मला बघायला यायची. माझा अलाबला घ्यायची. म्हणायची, ''हायेत का बरे खुशाल? लेकरंबाळं? बरं, बरं तुमी खुशाल, तरच आमचा जीव थंड. आता तिकडं वाड्यावर कंदी याल च्या प्याला?''

मी तिच्या घरी जाऊन थोडा वेळ बसून येई. काहीबाही खाऊन पिऊन, घटकाभर गप्पागोष्टी करून झाल्या म्हणजे या पाटलीण-आईला आनंद होई.

मी नमस्कार केला की म्हणे, ''म्हातारा हो रे लेकरा!'' म्हणजे आयुष्यमान हो!

असा सगळा आतड्याचा गोतावळा सोडून आई त्या परमुलखात आली होती. त्यामुळे तिला फार अधांतरी वाटायचं.

थोडी स्थिरावताच तिनं माणसं मिळवायला सुरुवात केली.

आमच्या घराच्या पायऱ्या उतरून ओढ्याकडे जाणाऱ्या फरशी रस्त्यावर आलं आणि थेट गावात जाणारा चढ पार करून आपण साध्या रस्त्यावर आलो की, उजव्या बाजूला तांबेमास्तरांचा वाडा होता. वाड्यात मास्तर, मास्तरांची म्हातारी आई, मास्तरांची कनवाळू बायको आणि माझ्याच वयाचा लहान मुलगा होता. त्याचं नाव यशवंता होतं, पण मी त्याला नुसतं 'वंता' म्हणे. हा वंता माझा खेळगडी होता. आधी तो आमच्या घरी आणि मी त्याच्या घरी, असे बऱ्याच वेळा आलो-गेलो. मग आमच्या पाठोपाठ कधी त्याची आई आमच्या घरी आणि माझी आई त्याच्या घरी आली-गेली. त्यातून चांगलाच घरोबा झाला.

आईला ही श्रीमंतीचा ताठा नसलेली बाई फार आवडायची. तिची श्रीमंतीची कल्पना गुंतागुंतीची नव्हती. तांब्यांचा गावात वडिलार्जित वाडा होता. पंधरा-वीस एकर बागाईत जमीन होती. तांबेमास्तर हायस्कूलचे हेडमास्तर होते आणि तांबेबाईंच्या अंगावर भारी लुगडी आणि सोन्याचे ठळक दागिने असत. त्यांच्या चौसोपी वाड्यात झोपाळा होता आणि परसात गाय-वासरू होतं. शाळेचा गडी त्यांच्या घरीही काम करी. श्रीमंती श्रीमंती म्हणजे वेगळं काय असतं?

हे तांबेमास्तर काळेसावळे, ओठभर मिशा असलेले असे होते. नेहमी कटाक्षानं डोक्याला टोपी आणि अंगात कॉलर नसलेला, वरची गुंडी लावलेली असा पांढरा स्वच्छ शर्ट. खाली पांढरं स्वच्छ धोतर असे. ताठ चालत आणि ताठ बसत. नेहमी चेहरा गंभीर असे.

हे घरी असले की वाचत किंवा लिहित असत. रिकामे असले तर सोप्यात फेऱ्या घालत आणि गीतेचा पंधरावा, बारावा किंवा सोळावा अध्याय म्हणत असत. खणखणीत स्वरात विष्णुसहस्रनाम म्हणतानाही ते नेहमी दिसत.

एकदा मध्यान्रात्री यांची बायको कंदील घेऊन घाबऱ्या घाबऱ्या आमच्या घरी आली. दार वाजवून म्हणाली, ''अहो, घाबरू नका. दार उघडा. मी वंताची आई आल्येय.''

दार उघडून आईनं विचारलं, ''काय हो, एवढ्या रात्री कशा?''

तर म्हणाली, ''अहो, यांना सारखे जुलाब होताहेत. काही केल्या थांबतच नाहीत. काय करू?''

आई म्हणाली, ''चला, मी येते.''

पहाटेपर्यंत उपचार चालले होते. हे उगाळून चाटवा. त्याचा काढा करून द्या. आईला घरगुती औषधांची चांगली माहिती होती आणि तांबेबाईंनी घरात सुंठ, मध, जायफळ असल्या वस्तू ठेवल्या होत्या.

पहाटे पहाटे मास्तरांना बरं वाटायला लागलं. काळ्या कॉफीचा कप त्यांना प्यायला लावून आई परत आली आणि घागरी घेऊन नदीवर पाण्यालाच गेली.

या प्रसंगानं आईला एक मैत्रीण मिळाली.

नीट बरे झाल्यावर आईनं विचारलं, ''पण मास्तर, एकाएकी हे झालं कशानं याचा शोध घेतला का तुम्ही?''

तर मास्तर गंभीरपणे म्हणाले, ''माझी चूक झाली. उन्हाळ्याच्या दिवसांत मी मुलाला दरवर्षी एरंडेल देतो. तसं या वर्षीही एक निळी बाटली विकत आणली. मुलानं थोडं घेतलं. फोडलेली आख्खी बाटली वाया कशी घालवावी म्हणून मी ती सगळी स्वत: घेऊन टाकली. चांगलं शुद्ध एरंडेल होतं. ते टाकून देणं जिवावर आलं.''

वाया जाईल म्हणून गरज नसताना काही घेतलं म्हणजे त्याचा परिणाम काय होतो हे पटविण्याकरिता मास्तरांचं हे उदाहरण आई नेहमी सांगत असे. आता मी सांगतो.

वारसाहक्कानं मुलाकडे आलेलं शहाणपण कोर्टकज्ज्याचा विषय कधी होत नाही हे एक बरंच आहे.

आणखी एक मावशी होत्या. यांचा जुनापुराणा वाडा एखाद्या इतिहासकालीन गढीसारखा होता. प्रचंड मोठी जमीन मालकीची. कधी गुऱ्हाळ तर कधी शेंगांची काढणी, कधी रानातून निघालेल्या हळदीचं वाळवण, तर कधी तंबाखू-पानांच्या आढ्या घालणं अशी काही ना काही शेतीची कामं या वाड्याच्या भल्यामोठ्या अंगणात चाललेली असत. वाड्याचे मालक म्हणजे नाना. यांच्या डोक्याला जरीकाठी जांभळ्या रंगाचा रुमाल, अंगात खाकी कापडाचा, बाहेरच्या खिशाचा शिकारी कोट आणि धोतर असे. यांचे डोळे सदा लाल असत आणि उठता बसता एखाद्याच्या तोंडी हरिनामाचा घोष असतो, तशा यांच्या तोंडी शिव्या असत. शेतीवरच्या गड्यांना, कामाला आलेल्या बायांना ते शिव्या देतच; पण आपल्या पोरांना, बापड्या मावशींनाही देत. पण त्यांच्या शिव्या ऐकून ऐकून इतक्या परिचयाच्या झाल्या होत्या की, त्यातला अर्थ जाऊन ते केवळ शब्द उरलेले होते. विरी गेलेला चुना जसा असतो ना तसे. या चुन्याला पांढरा रंग असतो, तो ओलाही करता येतो. पण त्याचा चुनेपणा मात्र नाहीसा झालेला असतो.

म्हणजे असं की नानांनी जर हटकलं, "काय रे भडव्या! माज आला का?"

तर समजायचं की नानांना म्हणायचं आहे, "काय कसं काय? बरं आहे ना?"

लसूण किंवा कांद्याला येतो तसा दर्प त्यांच्या बोलण्याला नित्य असेच.

आम्हा मुलांशी बोलताना मात्र हा दर्प नाहीसा होई. खलबत्त्यात कुटलेलं पान देऊ करून ते आम्हाला जवळ बोलवत आणि म्हणत, "चुतडीच्च्यांनो, पानं खायाला सोकला होय? मोठेपणी काय रंडीखान्यात काम बघणार?"

हे सगळं प्रेमाचंच.

फारच खुशीत आले म्हणजे नाना आमच्याकडून पाय तुडवून घेत. आणि शेवटी आम्हाला नमस्कार करायला सांगत. का, तर वडीलमाणसाला पाय लावायचा नसतो.

मावशी रंगानं गोरीपान, नाकीडोळी देखणी होती. ती नेहमीच मोगऱ्याच्या फुलासारखी ताजी दिसायची, सौम्य बोलायची आणि मंद हसायची. आमच्याशी ती इतक्या मायेने वागायची की, मला वाटायचं हीच आपली आई असती तर किती चांगलं झालं असतं!

मावशीची दोन मुलं आणि आम्ही तीन भाऊ असे पाच जण या घरात हैदोस घालायचो.

मावशीची म्हातारी सोवळी सासू भयंकर वैतागून म्हणायची, ''या बनाबाईची पोरं नलिस्त, नलिस्त!''

– आणि पार परसदारी तुळशीकट्ट्यावर जाऊन बसायची.

आम्ही दुष्ट होतोच. सगळ्या घरात आम्ही गोंधळ घालायचो. सर्कस खेळायचो. त्यासाठी रंगायचो. तोंडाला लाल-पांढरं लावायचो. जुने कपडे पेट्या गाठोड्यांतून उपसून काढायचो. कोटाच्या बाह्यांत दोन्ही पाय घालून त्याची तुमान करायचो. नानांची जुनी काळी जाकिटं घालायचो. मोकळ्या रॉकेलच्या दोन डब्यांवर फळी आडवी टाकून तिच्यावर हत्ती होऊन कसरत करायचो. तोंडानं बँडची चाल वाजवायचो. केवळ खेळ म्हणून पोरांनी बागेतल्या जास्वंदीची सगळी फुलं आणि सगळ्या कळ्या तोडल्यावर कोणत्या देवध्यानी म्हातारीला संताप येणार नाही?

– आणि एक गोळे कम्पाउन्डर होते. गोळे आणि गोळीण. हे मोठं गमतीदार जोडपं होतं. गोळे कधीकाळी कम्पाउन्डर होते. आता ते सेवानिवृत्त होऊन स्वतंत्रपणे वैद्यकीय व्यवसाय करीत होते; पण तरीही लोक त्यांना 'गोळे कम्पाउन्डर' म्हणत. त्याबद्दल गोळ्यांची काही तक्रार नसे. ते डोक्याला रुमाल, अंगात बाराबंदी आणि सोग्याचं धोतर अशा वेषात असत. त्यांना फार कमी ऐकू येई. मोठ्यांदा बोलावं लागे.

गोळीणबाई पोथीत स्त्रियांची चित्रं असतात तशा दिसायच्या. कपाळाला भलंमोठं कुंकू लावायच्या.

या जोडप्याचं पोट पिकलं नव्हतं. वात्सल्याचा वर्षाव ते एकमेकांवर करत. गोळीणबाई कम्पाउन्डरांचं लहान बाळासारखं कोडकौतुक करीत आणि गोळे गोळीणबाईंशी बोलताना लहान मुलांशी बोलावं इतक्या मृदू आणि समजूतदार आवाजात बोलत.

अडीअडचणीला उपयोग म्हणून आईनं गोळीणबाईंशी मैत्री केली होती. त्या अर्धवट आहेत असा गावात बभ्रा होता; पण आई त्यांच्याशी छान गप्पा मारी. घरात काही एवढं तेवढं केलं – पाटवड्या, मोदक, लिंबाचं लोणचं की, आठवणीनं ती आमच्या हातून गोळीणबाईंच्या घरी पाठवी आणि घरात कुणाला आजारपाजार आला म्हणजे त्याला गोळ्यांकडे घेऊन जाई.

गोळे आणि आई यांच्यातला संवाद हा फारच एकतर्फी होई. मग आईला काय सांगायचं आहे ते ऐकून घेऊन गोळीणबाई आपल्या पद्धतीनं खाणाखुणा करून गोळ्यांपर्यंत पोहोचवत. इतका वेळ अज्ञान माणसासारखा असलेला गोळ्यांचा चेहरा एकदम खुले, 'मला सर्व काही माहीत आहे, आता औषध देतो', असं आत्मविश्वासपूर्ण उद्‌गार त्यांच्या तोंडून निघत.

आई अशी चार माणसं मिळविण्याच्या कामी दंग असताना बिचारी आजी मात्र स्वत:चाच हात रगडत कोपऱ्यात चूप बसलेली असे. तिचं तोंड दीनवाणं दिसे, जेव्हा तेव्हा ती पेटत्या चुलीपुढे बसून हात शेकीत असे आणि 'भगवंता, भगवंता...' अशा हाका देवाला मारीत असे. 'सोडव रे बाबा... ने रे तुझ्याकडे', असा धावाही ती करी.

तिच्या तोंडून अशा करुण हाका ऐकल्या की, आईला कळवळा येई. ती आजीच्या जवळ जाऊन विचारी, ''अहो, तुम्हाला काय होतंय? काही दुखतंय का?''

यावर आजी काही बोलत नसे.

खरं तर तिला या गावी राहायचंच नव्हतं. 'माझी हाडं आता माझ्या गावात पडू द्या' असं तिला म्हणायचं असे; पण ही गोष्ट तिला फक्त माझ्या वडलांपाशी बोलायची असे. दुसऱ्या कुणापाशी नाही.

मग आई विचारी, ''तुम्हाला काय देऊ करून? काय खावंसं वाटतं?''

आजीला कसलीही वासना राहिलेली नव्हती. आईला वाटायचं, तिनं रोज काही सांगावं. मग आपण तत्परतेनं ते करून घालावं.

मग आईच विचारी, ''सांजा करू का? खाल?''

आजी हळू आवाजात म्हणायची, ''हो....''

तिचा हा होकार पाटीवर रेघ मारावी तसा लांब असे.

एरवी ती एकटी बसलेली असली म्हणजे ही इथं नाहीच, असं वाटे. ती मनानं कुठं कुठं हिंडत असेल, कोण जाणे.

दुपारी वडील झोपले असले म्हणजे हळूच त्यांच्या अंगावर चादर टाक, आमच्यापैकी कोणी तिच्याजवळ जाऊन पसरलं की पाठीवरून हात फिरव, असं ती करायची, तेव्हा तिच्या डोळ्यांत ओळख दिसे. एरवी दिसत नसे. ती परक्या डोळ्यांनी आणि परक्या चेहऱ्यानं घरात वावरत असे.

मग पावसाळा आला. इथला पावसाळा वेगळा होता. आमच्या गावी पाऊस वाजत-गाजत, लेझीम खेळत यायचा. धडाधडा कोसळायचा. काळ्या जमिनी फुगून सुरेख वास सुटायचा. धुळीनं मळकटलेली झाडंझुडं स्वच्छ धुतली जायची. केरकचरा गढूळ पाण्याच्या लोंढ्याबरोबर वाहून गावातले रस्ते स्वच्छ व्हायचे.

इथं पाऊस किरकिरत आला. एखादं रडवं पोर मांडी घालून बसतं आणि तोंड वर करून तासभर रडतं तसा हा पाऊस कुढा आणि हट्टी होता.

रस्त्यावर पातळ चिखल सतत राहू लागला आणि चालणाऱ्या लोकांचे कपडे मागच्या बाजूनं भरवू लागला. हवेत सतत ओलसरपणा राहिल्यामुळे उकिरडे, गटारं

घाणू लागली. घरातली पांघरुणं घाणू लागली. गूळ पातळ होऊन पाझरू लागला. भिंतींना ओल चढली आणि वस्तू बुरसू लागल्या.

कौलांवर हिरवी बुरशी वाढली. केसाळ काळे सुरवंट कौलांतून शेकड्यांनी जन्मले आणि टपाटपा अंगावर पडू लागले. सुरवंट अंगाखाली चुरडला की, खाजकुयली लागल्याप्रमाणे आगडोंब उसळू लागला.

ओढ्याला नवं पाणी आलं. नाना जागची माती वाहून आली. जागोजागचे साथीचे आजार वाहून आले.

खरोखर हा पावसाळ्याचा काळ म्हणजे दुर्दिन होते. पाऊस सारखा बुरुबुरु पडत असायचा. झोंबरी, ओली थंडी वाजायची. ओले कपडे वाळायचे नाहीत. ओली लाकडं पेटता पेटायची नाहीत. घरात धूर व्हायचा आणि कौलांतून बाहेर निघून छपरावर जमायचा. बापड्या आईला पावसातून ओढ्यावर जाऊन पाणी आणावं लागे, कपडे धुवावे लागत. आम्हाला गोणपाट पांघरूण घराबाहेर पडावं लागे. सगळ्यांची नाकं गळत आणि घसे वाजत. थंडीताप एकाचा गेला की, दुसऱ्याला येई.


असा पाऊस बसला असतानाच बाईआजीला नवं पाणी बाधलं आणि अतिसार झाला. वारंवार अंथरुणातच तिची विटंबना होऊ लागली. जड पासोड्या, सतरंजी, तिच्या अंगावरची आलवणं आईला वरचेवर धुवावी लागू लागली.

घरात माश्या फार झाल्या.

गोळे कम्पाउन्डर येऊन बघून गेले. त्यांनी नाना औषधं दिली. त्या कडू-तुरट औषधाचा कप पुढे करताच आजी तोंड फिरवू लागली.

माझ्या वडलांना म्हणू लागली, "नको रे, मला हे प्यायला सांगूस! मला उलटी होते. सगळा जीव गोळा होऊन तोंडात येतो."

तिचं उठणं-फिरणं बंद झालं. कोपऱ्यात चुलीपुढं बसणं बंद झालं. अंथरुणाच्या गबाळ्यात कृश अशी बाईआजी डोळे मिटून कण्हत पडून राहू लागली.

वडलांना हाका मारल्यावर ती फक्त डोळे उघडून त्यांच्याकडे टकाटका बघत राही.

तिला बोलण्याचेही श्रम होऊ लागले.

आम्ही शाळेत गेलो, वडील कचेरीत गेले म्हणजे आई घराला कुलुपं लावून ओढ्यावर जाऊ लागली. कारण दार उघडं राहिलं तर आत भटकी कुत्री शिरतील आणि बाईआजीला हात उचलून त्यांना हाकलणंही होणार नाही, हे तिला माहीत होतं. नुसती कडी लावून जाणंही तिला प्रशस्त वाटायचं नाही. घरात कोणी शिरलं आणि घर धुऊन नेलं तर?

अशीच एकदा दुपारी आई कुलूप लावून गेली आणि तासाभरानं आली. तिनं कुलूप उघडलं. घागर ठेवली, धुणं वाळत घातलं आणि बाईआजी काही हलत नाही, कण्हत नाही हे तिच्या लक्षात आलं. काळजाला चरका बसला.

जवळ जाऊन तिनं अंगाला हात लावून 'सासूबाई, सासूबाई', अशा हाका मारल्या आणि तिच्या लक्षात आलं :

बापडी बाईआजी मरून गेली होती.

तीन दिवस आमचं कौलारू घर गडद उदासीनतेत बुडून गेलं होतं.

आजी ज्या जागी गेली, त्या जागी आईनं पणती लावली होती. पणतीच्या बुडाशी जोंधळ्याच्या पांढऱ्या शुभ्र पिठाचं खळं केलं होतं आणि त्यावर नवी दुरडी झाकली होती.

रात्री झोपायच्या वेळी दिवा मालवला आणि पावसाळ्यातला ओला अंधार घरात पसरला की, बांबूच्या चोयट्यांनी विणलेली नवी दुरडी आकाशकंदिलासारखी प्रकाशे. अंथरुणावर अंग टाकलेल्या आईला पुन्हापुन्हा भडभडून येई. ती म्हणे, "अरे, तुम्हा चार कच्च्याबच्च्यांच्या व्यापातून त्या कष्टी जीवाकडे बघायला मला सवड अशी झाली नाही. अरे, शेवटच्या आजारात सुद्धा घडावी तशी त्या वडीलमाणसाची सेवा माझ्या हातून घडली नाही. कशी मला बुद्धी झाली आणि घराला कुलूप लावून पाण्याला गेले!"

माझ्या वडलांना डोळ्यांतून पाणी काढताना सुद्धा मी कधी पाहिलं नव्हतं. आजीला ओढ्याकडे न्यायला लोकांनी जेव्हा उचललं तेव्हा दोन्ही हातांनी तोंड झाकून ते ओल्या अंगणात मटकन खाली बसले.

पुढे अनेक दिवस आजीची आठवण येऊन त्यांचे डोळे भरून येत. दोन्ही तळव्यांनी ते डोळे पुसत. त्यांचे पातळ ओठ काही वेळ थरथरत राहत.

ते म्हणायचे, "इतकं गोत असून शेवटच्या क्षणी तिच्यापाशी कोणी नव्हतं. मुलगा नव्हता, सून नव्हती, नातवंडं नव्हती. बेवारशासारखी माझी आई एकाकी गेली... आपल्या गावात ती आनंदात राहत होती. मी तिला उचलून फरफटत इकडं आणली. तिथं आपल्या गावात, आपल्या घरात राहिली असती, तर आणखी दहा वर्षं जगली असती."

तिसऱ्या दिवशी आईनं दुरडी उचलून पीठ न्याहाळलं आणि ती आम्हाला

म्हणाली, ''अरे, चिमणीचे पाय उठले आहेत बघा या पिठावर. अश्राप म्हातारी! देवानं तिला चिमणीच्या जन्माला घातलं!''

पुढे कित्येक वर्षं उघड्या दारातून चिमण्या भरारत घरात आल्या आणि फरशीवर नाचत कणदाणे टिपू लागल्या की मला आईचा स्वर आठवे,
'अश्राप म्हातारी! देवानं तिला चिमणीच्या जन्माला घातलं!'

□

| तीन |

बाईआजी गेली. माझ्या वडलांचं आणि आईचं सांत्वन करण्यासाठी बरेच नातेवाईक आले. ज्यांच्या घोडीची टाप माझ्यापेक्षा मोठ्या भावानं गालावर झेलली होती, ते गावचे कुळकर्णी विनुतात्या. आणि सर्वांगाला चिलमीच्या धुराचा वास येणारे त्यांचे बंधू बलवडीचे दादा आले, हेडकॉन्स्टेबल काका आले, पहिल्या महायुद्धात सरकारी नोकरीत भरती झालेले माझे दुसरे चुलते – तात्या सोलापुराहून आले. बाईआजीचे भाऊ आणि आक्काचे सासरे आले. आम्ही कुठंतरी परदेशी आलो आहोत, अशी माझी समजूत झाली होती. त्यामुळे ही माणसं पाहून मी चकित झालो. कारण हे चेहरे मी या कौलारू छपराखाली कधी पाहीन, अशी कल्पनाही मी केली नव्हती.

आलेली ही माणसं निघून गेली आणि घर खायला उठलं.

आईला या ओसाडीतल्या घरात रात्री आपण राहू नये असं वाटायला लागलं. तिला कसले कसले भास होऊ लागले. आम्ही भास म्हणतो, तिला मात्र ते सारे सत्यच होते. हे भास तिला अवसेला किंवा पौर्णिमेलाच नेमके होत.

एकदा भर पौर्णिमेच्या रात्री पाण्याची घागर घेऊन ती बाहेर पडली. दार ओढून घेतलं. वळली आणि पडकापलीकडे उभी राहिलेली कोणी अनोळखी बाई तिला सामोरी आली. तिनं केस पाठीवर मोकळे सोडले होते. कपाळावर मळवट भरला होता आणि हिरव्या रंगाचं कोरं वस्त्र ती नेसली होती. नुकतंच न्हाणंधुणं झाल्यासारखी ती दिसत होती. न्हाताना अंगाला लावलेल्या उटण्याचा सूक्ष्म वास येत होता.

आईच्या कानांवर आवाज आला, ''माघारी फिर. अजून मध्यानरात्र आहे.''

आई निमूट मागे फिरली. दार ढकलून घरात आली. मोकळी घागर आणि गडू खाली टाकून अंथरुणावर बसली आणि मोठ्याने रामाचा धावा करायला लागली.

हुडहुडी भरल्याप्रमाणे तिचा आवाज कापत होता.

माझे वडील जागे झाले आणि त्यांनी विचारलं, ''काय झालं? इतकी घाबरी का झाली आहेस?''

तर म्हणाली, ''कंदील लावा.''

वडलांनी कंदील लावला.

''बाहेर व्हा आणि पडकात बघा....''

''काय दिसलं?''

''उंबऱ्याबाहेर उभं राहून तुम्हीच बघा.''

वडलांनी बाहेर होऊन पाहिलं. स्वच्छ चांदणं पडलं होतं. कंदील धरून बघण्याची काही जरुरीच नव्हती. चार पावलं पुढे होऊन त्यांनी सगळीकडे नीट पाहिलं. स्वच्छ चांदणं आणि पडक्या भिंताडाच्या, झुपाटाच्या काळ्या सावल्या याशिवाय त्यांना काही दिसलं नाही.

''मला तर काही दिसत नाही....''

''नाही?''

''काही नाही....''

''मग आत या आणि दार लावून टाका.''

दार लावून वडलांनी कंदील समोर ठेवला आणि आईला ते म्हणाले, ''तुला काय दिसलं? नाग?''

आई गंभीरपणानं एकेक शब्द काळजीपूर्वक उच्चारत बोलली, ''या वास्तूत कुणीतरी ओली बाळंतीण अपघातानं गेली आहे. ती मला दिसली. म्हणाली, ''मागं फिर, अजून मध्यानरात्र आहे.''

''मध्यानरात्र आहेच.''

एवढं बोलून वडील गप्प पडून राहिले.

रातकिडे आणि बेडकं तेवढी आवाज करत राहिली.

ही हकिकत आईनं विठूकाकांना तपशीलवार सांगितली आणि ती आम्हीही धडधडत्या काळजांनी ऐकली. ज्या दिवशी ऐकली, त्या संध्याकाळपासून माझ्या सर्वांत मोठ्या तेरा वर्षांच्या भावानं घरी झोपणं अजिबात सोडून दिलं. रात्री कितीही उशीर झाला तरी जेवणं झाली, हातावर पाणी पडलं की तो पांघरायला एक चादर आणि अभ्यासाची पुस्तकं घेऊन बाहेर पडे. कधी शाळेत, कधी आपल्या कुंभारआळीतल्या मित्राच्या घरी, तर कधी जैन मित्राच्या माडीवर झोपायला जाई.

घरात झोपायचा त्यानं धसकाच घेतला होता.

काळोख पडला की, मी वडलांच्या पुढ्यात झोपत असे. माझ्यापेक्षा मोठा भाऊ आईला बिलगत असे. अगदी धाकटा भाऊ दोन वर्षांचा होता. तो आईच्या मांडीवरच झोपून जाई.

माझा हा धाकटा भाऊ गोरापान होता. पण या भिकार गावात आल्यापासून त्याचे दोन्ही पाय कसल्या तरी अनामिक त्वचारोगानं भरून गेले होते. 'आगपैण' असं या आजाराला आईच्या कोशातलं नाव होतं. रात्री या पायांना फार खाज सुटे. ते ओचकारून ओचकारून हा रक्तबंबाळ करून टाकी. जखमा अधिकच चिघळत. आई नाना उपचार करीत होती. अमुक वस्तू उगाळून लेप दे, तमुक झाड-पाला वाटून लाव, हे जाळून त्याची पूड कडू तेलात खलून लाव, असे तिचे नाना उपाय चालू होते; पण कशाचा गुण येत नव्हता.

मग आईनं जुन्या धोतराच्या दोन लहान पिशव्या शिवल्या. त्यांना बंद लावले. दोन्ही हातांना या पिशव्या घालून, बंद बांधून ती पोराला माझ्या पुढ्यात बसवायची आणि म्हणायची, "याला सांभाळ. रडू देऊ नकोस."

– आणि ती आपल्या कामाधामासाठी बाहेर जायची.

बापुडवाणं बसून ते पोर बारीक रडायचं. वरचेवर दोन्ही हात माझ्या पुढे करून 'हे काढून टाक', म्हणून मला विनवायचं आणि रडायचं.

मला फार वाईट वाटायचं.

मी कुठंही बाहेर गेलो तरी त्याला करमावं, म्हणून पाठकुळी घेऊन जाई. वंताच्या वडलांनी एकदा माझ्या भावाचे पाय निरखून बघितले आणि ते गंभीरपणे म्हणाले, "अरे, तुझ्या आईला म्हणावं, कोमट पाण्यानं या पायांवरच्या जखमा रोज स्वच्छ धूत जा. त्यावर धूळ, माश्या बसू देऊ नका. असेच चिघळत राहिले तर दोन्ही पाय निकामी होतील या बाळाचे."

मग माझ्या लहानग्या भावाला आई धुणं-भांडी करायच्या वेळी आपल्याबरोबर ओढ्याला नेऊ लागली.

चांगली उन्हं पडल्यावर ओढ्याची खळखळ वाहणारी धार कोमटच असते. तिच्यात ती उघडा करून त्याला बसवी आणि शेजारी स्वत: धुणंपाणी करी. पाण्यात खेळायला मिळाल्यामुळे माझा भाऊ आनंदात बसे. पाखरासारखं पाणी अंगावर उडून घेत खिदळे.

बराच वेळ धारेत बसल्यामुळे त्याचे दोन्ही पाय आपोआप स्वच्छ धुऊन निघत.

माझी अंघोळ रोज ओढ्यावरच असे. आई म्हणे, "त्यालाही ने आणि पाण्यात बसव."

कधी कधी घरून निघताना मी साबणाची वडी घेऊन जाई. भरपूर फेस काढून माझी शर्ट-चड्डी, भावाची शर्ट-चड्डी खडकावर धूत असे आणि तापलेल्या वाळूवर सुकायला टाकत असे. मग आम्ही दोघेही भाऊ, जसे आईच्या पोटातून बाहेर आलो, तसे नागडे पाण्यात डुंबत राहत असू. आमचा वेळ फार मजेत जाई.

तेव्हा काही ध्यानात आलं नाही, पण पाण्याच्या धारेत बारीक माशांचे थवे होते. ते भावाच्या पायांना डसत आणि दोन्ही पाय स्वच्छ करत. खेळण्याच्या नादात ते त्याला मुळीच कळत नसे.

आठ-पंधरा दिवसांतच पायांवर खपल्या धरल्या. पोराच्या तोंडावर टकळाई आली. ते मजेत चालू लागलं, पळू लागलं, बदाबदा पडू लागलं. आई म्हणाली, "हा पांगळा झाला असता, तर जन्मभर तुम्हाला आपले पाय त्याला द्यावे लागले असते. पाठकुळी वागवावा लागला असता."

वडलांना बढती मिळाली, म्हणजे काही विशेष फरक पडला नाही.

मी एकवार जाऊनच बघितलं.

कधी मला पुस्ती काढण्यासाठी कागद लागत. कधी 'राणी' निब हवं असे, कधी शाईची पुडी हवी असे. या वस्तू आणण्यासाठी मी दुकानाऐवजी कचेरीत जात असे.

पांढऱ्या रंगानं रंगविलेल्या सरकारी वाड्याचा प्रचंड लाकडी दरवाजा आधी लागे. तिथं दोन शिपाई दोन्ही बाजूंना बंदुका घेऊन उभे असत. ते मला अडवत नसत. थोडं समोर चालायचं. पुन्हा उजवीकडं वळायचं. पांढऱ्या बोळातून बरंच चालायचं. डाव्या-उजव्या बाजूला फुलझाडं फुललेली असत. मग पुन्हा दरवाजा. पुन्हा पहारेकरी. आत प्रशस्त चौक, देवड्या, चार सोपे, तेलपाणी प्यायलेले काळ्या लाकडाचे प्रचंड खांब, तुळया, कडेपाट, तक्तपोशी. प्रत्येक दालनातून तांबड्या रंगाची मोठी जाजमं अंथरलेली. ओळीनं पांढऱ्या स्वच्छ गाद्या, तक्के. प्रत्येकाच्या गादीपुढे लहान डेस्क. डावी-उजवीकडे फायलींचे ढीग. लाकडी रूळ, लाकडी ठोकळ्यांतून ठेवलेल्या चिनी मातीच्या दौती, एक काळी, एक तांबडी.

टाक, शिसपेनी, बारीक वाळू.

माझे वडील वळणदार अक्षरात मोडी लिहित आणि शाई वाळण्यासाठी त्यावर बारीक वाळू टाकत.

डोक्याला रुमाल, बंद गळ्याच्या शर्टावर पारशी फॅशनचा लांब कोट, धोतर असाच कचेरीत काम करणाऱ्या सगळ्यांचा पोशाख असे. काही जण काळी टोपी आणि कॉलरवाला कोट घालणारेही होते. सगळे खाली माना घालून काहीबाही लिहित असत. कुणाकुणापुढे लोक बसलेले असत.

वाड्याच्या पिवळ्या रंगाच्या भिंतींवर सुंदर-सुंदर निसर्गचित्रं लावलेली होती.

माझ्या वडलांच्या डोक्यावर खेड्यातल्या गल्लीचा देखावा होता.

पिवळं ऊन पडलं आहे. वडाच्या झाडाचा मोठा बुंधा, फांद्या, पारंब्या. त्याच्याखाली जांभळ्या सावलीत पिवळ्या उन्हाचे ठिपके. एक सोडलेली बैलगाडी आणि शांत बसलेले दोन बैल – एक पांढरा, दुसरा बाळा. चरणारा कोंबडा आणि कोंबड्या. कोंबड्याचा लाल तुरा, गळ्याखालच्या लोळ्या.

हे सगळं पूर्वीसारखंच होतं. ज्या गादीवर पूर्वी माझे वडील चाळिशी लावून बसायचे, तिथंच तसेच बसलेले होते.

मी हळूच जाऊन जवळ बसलो.

त्यांनी डोळे मोठ्ठे करून विचारलं, ''काय?''

मी मान हलवली.

''उगीच.''

ते पुन्हा लिहायला लागले.

रुळानं आखायला लागले.

मी अगदी हळू आवाजात विचारलं, ''तुम्ही आता जेलर ना?''

''हो, का रे?''

''उगीच.''

म्हणजे कारकून आणि जेलर यात तसा काहीच फरक नव्हता.

माझी निराशाच झाली.

वडलांचं डेस्क बदललं नव्हतं. जागा बदलली नव्हती.

चाळिशीतनं माझ्याकडे बघून त्यांनी पुन्हा विचारलं, ''तुला काही पाहिजे का?''

''नाही.''

''मग?''

''नुसताच आलोय.''

पण एवढ्यात कमरेला मोठ्ठा पट्टा बांधलेला शिपाई आला. मोजकी पावलं

टाकीत वडलांच्यासमोर उभा राहत खाडकन बुटावर बूट आपटून त्यानं सलाम केला.

वडलांनी खाली बघतच विचारलं, "गिन्ती केली?"

"जी हां."

"आलबेल?"

"जी हां."

"ठीक, जा."

पुन्हा एकवार खाडकन सलाम ठोकून शिपाई गेला.

मला माझे वडील फारच मोठे अंमलदार झाले, याची खात्री पटली. मधल्या सुट्टीत आलो होतो, पुन्हा उड्या मारत शाळेकडे गेलो.


यानंतर आठवडा गेला असेल, नसेल. संध्याकाळी वडील कचेरीतून आले आणि आईला म्हणाले, "मला दिलेलं जेलरचं काम काढून घेण्याची मेहरबानी व्हावी आणि मला पहिलीच कारकुनाची जागा परत मिळावी असा अर्ज मी केला आहे. शिरस्तेदार म्हणाले, "अर्ज मंजूर होऊन येईल."

आईचा चेहरा फटफटीत झाला.

"का हो? लोक बढती बढती म्हणून ऊर बडवितात आणि आपण मिळालेली चांगली बढती सोडून दिली. तुम्हाला नाही काही लोभ कशाचा, मला माहीत आहे; पण आम्हाला आहे."

वडील म्हणाले, "माझ्यासारख्या माणसाला ते खातं सांभाळणं अवघड आहे. रोज उठून गुन्हेगारांची तोंडं बघावी लागतात. कुणी चोर, कुणी दरोडेखोर, कुणी खुनी. परवाच्या दिवशी आपल्याकडे हजामत करायला यायचा, त्या न्हाव्यानं रात्री आपल्या बायकोचा गळा वस्तऱ्यानं कापला."

"अगाई!"

"हे काहीच नाही. आपल्या भाऊबंदांपैकी एकाला बेड्या घालून माझ्यापुढे उभं केल्यावर मला काय वाटलं असेल?"

"कोण हो?"

"रामूआप्पा."

"खालच्या आळीचे ते? घोड्यावरनं येतात ते?"

"हो, ते तलाठी होते बोरगावला. एक वर्षाचा गावचा सगळा वसूल त्यांनी खाल्ला."

"अरे, देवा! काय बुद्धी झाली त्यांना! पोरं लहानधाकटी आहेत की हो!"

"सगळं खरं, विनाशकाळी विपरीत बुद्धी. माझ्या डोळ्यांदेखत त्यांना जेलचे

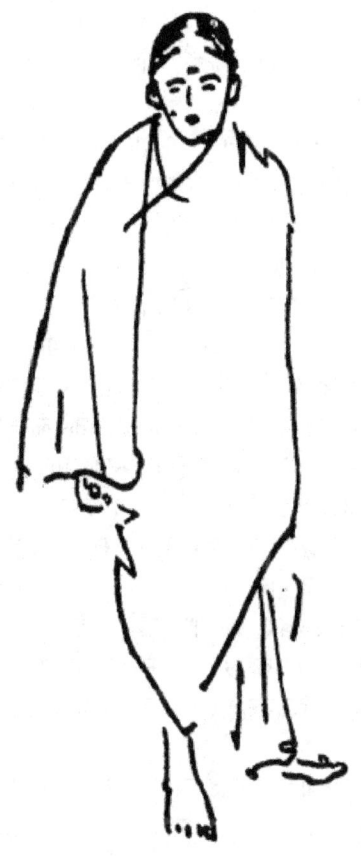

कपडे दिले. हातापायांत बेड्या अडकवल्या. मलाच त्यांचा रोजचा शिधा मंजूर करायला लागला. समोरासमोर गाठ पडताच, ओरडून मला म्हणाले,

"डिगांबर! अरे, एका कुळातले आपण! तुझं लग्न मी ठरवलं, या हातांनी मी तुझ्या डोक्यावर तांदूळ टाकले, या पायांनी तुझ्या सासुरवाडीला हेलपाटे घातले. माझ्या हातापायांत बेड्या अडकविताना तुला बघवतं कसं?"

"काय बोलणार मी? त्या क्षणी मनात निश्चय केला की, ही बढती नको.

"हो, कुणाला ठाऊक. उद्या माझ्यापुढे सख्खा भाऊ सुद्धा उभा राहील आणि त्याच्याही हातापायांत बेड्या घालण्याची पाळी माझ्यावरच येईल."

माझ्या वडलांनाही हा निर्णय घेताना मानसिक क्लेश झाले असणारच. कधी काळी त्यांना ही अपूर्वाईची जागा मिळाली होती. थोडा अधिकार मिळाला होता. तो आपणहून त्यांनी सोडून दिला होता.

आई फार कष्टी झाली. मूकपणानं ती घरात वावरत राहिली. तिची मन:स्थिती लक्षात येऊन वडलांनी अखेर म्हटलं, "माझी काही चूक झाली का? अर्ज देण्याआधी तुला सांगायला पाहिजे होतं का?"

आई म्हणाली, "माझ्या नशिबातच जर सुख नसलं तर ते मला कसं मिळणार? तुमची काही चूक नाही. माझेच भोग अजून भोगून संपले नाहीत!"

ही गोष्ट काही खोटी नव्हती. आईला अजून मोठ्ठा भोग भोगून संपवायचा होता.

आईचं बालपण फार सुखात गेलं होतं. तिचे वडील गावचे प्रतिष्ठित असे कुलकर्णी होते. शेतीवाडी भरपूर होती. अठरा एकर तर विहिरबागाईतच होती आणि मुलं ही फक्त दोनच. एक माझी आई आणि दुसरी माझी मावशी. पोटी पुत्रसंतान नाही, म्हणून तिचे आईवडील कष्टी झाल्याचं निदान माझ्या आईच्या तरी ध्यानी आलं नव्हतं. उलट ते या मोठ्या मुलीलाच मुलगा समजत. त्यामुळेच बालपण लाडात, वांडपणा करण्यात गेलं होतं.

कधीकधी तिला आपल्या बाराबंदी घालणाऱ्या, भव्य छातीच्या मायाळू वडलांची आणि नाजूक बाहुलीप्रमाणे दिसणाऱ्या, गोऱ्यापान आईची आठवण झाली म्हणजे समईच्या मंद उजेडात, अंथरुणावर बसून ती आम्हाला आपलं बालपण सांगायची.

हुमणदांडग्या अशा गायकवाडांनी भरलेल्या त्या लहानशा गावात कुलकर्ण्यांची केवळ दोनच घरं होती. चार-पाच वर्षांतून गावात एखादा तरी खून होई. हे खून पिढीजात वैरातून होत आणि एकदा झाले की, पुढे प्रत्येक खून म्हणजे एक वेगळी चित्रथरारक सूडकथा असे. हा खून कधीही लपूनछपून किंवा दगा-फटक्यानं होत नसे. होळीची दंगल, दसऱ्याची सोनं लुटण्यासाठी गावाबाहेरच्या माळावर जमलेली गर्दी, असा सांस्कृतिक समारंभ गाठून झडलेली ही एक लहानशी चकमकच असे. भाले आणि कुऱ्हाडी ही या चकमकीतील हत्यारं असत आणि ज्याचा मुडदा पडे, त्या माणसाला फरशी कुऱ्हाडीनं तोडला जाई, रक्ताची रंगपंचमी होई. यांपैकी काही खून दडपले जात, तर काहींसाठी वर्षानुवर्षं खालची कोर्टं, वरची कोर्टं होत. पुराव्याअभावी गुन्हेगार मोकळे सुटत. गावात परत येत आणि 'वैराच्या जुन्या जमिनीत सुडाचं नवं पीक वाढू लागे.'

शहरवस्तीपासून पार दूर आत, फोंड्या माळरानाच्या गराड्यात असलेल्या या एवढ्याशा गावातल्या रहिवाशांना अंगातली रग भागविण्याची ही एकच पद्धत माहीत होती.

गावात दगडांनी रचलेले आणि पांढऱ्या मातीनं लिंपलेले मोठमोठे वाडे होते. एक-दोन बरे रस्ते, नाहीतर सगळे बोळचोळच होते. दुभत्या गाई आणि खिलारी बैलजोड्या, मेंढरांची खांडं आणि कडक स्वभावाची झिप्री कुत्री, काळ्याकरंद जमिनी आणि निळ्या निळ्या पाण्यानं तोंडापर्यंत भरलेल्या बांधीव विहिरी, आंब्याची, जांभळीची, कवठाची आणि चिंचेची झाडी आणि मोठमोठी बाभुळवनं, बारा महिने तेरा काळ खळखळा वाहणारा गाव-ओढा असं या गावाचं रूप होतं.

अशा या गावात गायकवाडांच्या पोरींबरोबर विटीदांडू आणि चिंध्यांच्या चेंडूनं धबाधबी खेळण्यात, हिरव्या पिकातून बागडण्यात आणि झिम्मा-फुगडी, नाच-फेर करण्यात, झाडांना बांधलेल्या झोक्यावर धरतीकडून आभाळाकडे झोके चढविण्यात आईचं बालपण संपतं, न संपतं, तोच तिचं लग्न होऊन वयाच्या तेराव्या वर्षी ती आमच्या गावी आली होती.

ती सांगे, ''माझा सासरा फार कर्तृत्ववान पुरुष होता. फार ढाणक होता; पण त्यानं मला पोटच्या मुलीसारखं वागवलं.''

सासरे होते, तोवर घरात सुख होतं, समृद्धी होती. शेतमळे अमाप पिकत होते. दूधदुभत्याची चंगळ होती. गडीमाणसांचा राबता होता. वाड्यातल्या चौकात घोडी होती. दुभत्या गाई गोठ्यात होत्या. सासऱ्यांचा मोठा दरारा होता. पंचक्रोशीत त्यांचं नाव कर्तबगार कुलकर्णी म्हणून गाजत होतं.

आई सांगायची, ''त्यांना दगा झाला. वैऱ्यानं कुणी मूठ मारली. करणी केली रे. माझ्या पहिल्या मुलाचं तोंड त्यांनी पाहिलं आणि अगदी उठाउठी गेले. संध्याकाळी दिवेलागणीच्या वेळी शेताकडनं घोड्यावरनं आले आणि एकाएकी रक्ताची गुळणी आली. तासाभरात तर गेले, संपलं सगळं. ते गेले आणि मागोमाग लक्ष्मीही गेली घरातली. गुरंढोरं गेली, शेतजमिनी पिकेनाशा झाल्या. दुष्काळ आले, विहिरी आटल्या. सगळं होत्याचं नव्हतं झालं!''

पुढे लवकरच तिचे वडील आणि आईही गेली.

माहेरच्या जमिनीपैकी अर्धी लेकवारसानं आईला मिळाली होती, पण ती कसणार कोण? वाटेकऱ्याला लावली होती. तो दुसऱ्याची जमीन घाम गाळून

कशाला कसेल? हळूहळू त्या जमिनीही पडीक पडू लागल्या. जेमतेम धान्य येऊ लागलं. तेही खंडीभर पिकलं तरी मणभर पिकलं असं सांगून त्यातलं सहा पायल्या मालकिणीच्या दारात येऊ लागलं.

सासरे आणि वडील या दोघांचंही अमाप कर्तृत्व आईनं पाहिलं होतं. त्यामुळे शांत, धीम्या स्वभावाच्या आमच्या वडलांच्यावर तिचा मनातून फार राग होता. त्यांचा उल्लेख ती नेहमी 'तुकारामबोवा' असा करायची. त्यांची ही महिना तीस-बत्तीस रुपये देणारी नोकरी, ही ताबेदारी, आपलं गाव सोडून बेलदाराप्रमाणे पोटामागं हिंडणं हे तिला मुळीच आवडायचं नाही; पण तिचा आत्मविश्वासही मोठा होता. म्हणायची, ''आज माझी पोरं लहानधाकटी आहेत, तोवर मला सगळं सोसलं पाहिजे. उद्या मोठी झाली म्हणजे ती मला सोन्यारुप्यानं न्हाऊ घालतील! माझीच पोरं आहेत ती, ती चांगलीच होतील पुढे!''

'ओढ्याकाठचं हे अपेशी घर नको, नको!' असं आई सारखं घोकत होती. इथं आल्या आल्या बाईआजी मरून गेली होती. इथं आल्या आल्या मोठ्या थोरल्या 'लांबड्यानं' आईला दर्शन दिलं होतं. इथं आल्या आल्या भर मध्यानरात्री तिला पडकात उभी राहिलेली, केस मोकळे सोडलेली आणि कपाळभर कुंकू लावलेली बाई दिसली होती. ती आईशी बोलली होती, 'या निपुत्रिकाच्या वास्तूत राहून माझं कधी काही भलं व्हायचं नाही' अशी आईची पक्की खात्रीच झाली होती. पण जी गोष्ट आईनं इतकी जिवाला लावून घेतली होती, ती माझ्या वडलांना फार तातडीची मुळीच वाटत नव्हती.
ते म्हणायचे, ''घरावर काय असतं? सगळं राहणाऱ्यावरच आहे. आपण धीरानं राहावं. गडबडून जाऊ नये.''
'मन चंगा, तो काटवट में गंगा!' काटवट म्हणजे लाकडी परात. पावित्र्य जर मनातच असलं तर गंगेचा प्रवाह शोधत मैलोगणती जायला नकोच. ती घरातल्या स्त्रीनं खरकटी परात विसळण्यासाठी तिच्यात ओतलेल्या आणि पिठानं पांढरट झालेल्या पाण्यातसुद्धा दिसेल.

कोणत्या कारणानं, कोण जाणे, पण या घरातच आईला अर्धशिशीचा भयंकर आजार सुरू झाला. नाना औषधं झाली, पण तो काही बरा झाला नाही. जसजसा सूर्य चढे, तसतशी तिची अर्धशिशी चढे आणि त्या वेदनेनं माझी आई वेडीपिशी होई. असह्य झालं म्हणजे शेणानं सारवलेल्या गार जमिनीवर ती तासन्तास पडून राही.

तिसऱ्या प्रहरी हळूहळू तिच्या वेदना कमी होत आणि ती उठून कामाला लागे.

पदरानं डोकं आवळून कण्हत पडलेली आई हे घरातलं दृश्य अनेक वर्षं बदललं नाही.

आई त्याच्यासाठी नाना उपाय करी. खुरपं लाल तापवून जनावरांना डागतात तसे तिने भुवयांवर डाग सुद्धा घेतले होते; पण काही उपयोग झाला नाही. अती झालं म्हणजे घरातल्या भिंतीशेजारी उभी राहून ती आपलं दुखरं कपाळ भिंतीवर दाणदाण आपटून घेई. म्हणे, ''यापेक्षा मला मरण का येत नाही? किती काळ मी हे सहन करू?''

या वेदनांमुळे तिच्या दोन्ही डोळ्यांतून पाण्याच्या धारा लागत. डोळे आकसून बारीक होत. अशा वेळी आम्हा मुलांचे चेहरे चिमणीएवढे होत. भेदरल्या मनानं आम्ही आईच्या उशाशी चूप बसून राहत असू.

असं डोकं चढलं असताना एकदा ऐन जेवणवेळेला कोणी गोसावी भिक्षा मागायला आला. दारात उभा राहून मोठ्यांदा म्हणाला, ''जयशंकर भोलेनाथ!''

माझी आई मनानं फार धार्मिक बाई होती. दारात आलेला भिक्षेकरी काही न घेता परत जाणं तिला मुळीच चालत नसे.

गोसाव्याची हाक ऐकून आई उठली. बुचकुलीभर पीठ घेऊन उंबऱ्याशी आली. भगवा गोसावी काखेची झोळी फाकीत दोन पावलं पुढे झाला.

पीठ झोळीत टाकून आई म्हणाली, ''बाबा, काही विद्या शिकला आहेस, का नुसत्याच दाढीजटा वाढविल्या आहेस?''

''कसली विद्या सांगू, माई?''

''अरे, माझी अर्धशिशी जाईल असा काही झाडपाला मला सांग.''

गोसावी म्हणाला, ''मी तोडगा करतो. करून घेशील का?''

''हो, घेईन. कर.''

मग गोसाव्यानं जाऊन पिंपरणीची चार पानं तोडून आणली. त्यातलं एक पाण्यानं स्वच्छ धुतलं. ताठ अशी त्याची सुरळी केली आणि आईच्या उजव्या नाकपुडीत ती घालून आपल्या दणकट बोटांनी खालून एकच टिचकी मारली.

त्यासरशी नाकातून काळसर रक्ताची धार जमिनीवर लागली. गोसाव्यानं मग तिच्या माथ्यावर थंड पाणी थापलं.

रक्त बंद झालं आणि अर्धशिशी थांबली.

आई हा प्रकार सांगून म्हणे, ''पुढे बघ, कित्येक महिने माझं कपाळ दुखलं नाही. त्यावर पुन्हा तो जटावालाही कधी दिसला नाही.''

पण आईला वाटलेलं हे बरं तात्पुरतंच ठरलं. अर्धशिशीनं तिची सोबत उभा जन्म केली.

ओढ्याच्या पलीकडे झाडाच्या गर्दीत असलेल्या मठात एक साधुपुरुष होता किंवा साधू होण्याची खटपट मनापासून करणारा असा माणूस होता. त्याच्या दाढीचे बरेच केस सफेद झाले होते; पण अंगानं तो काही फार थकलेला दिसत नसे.

दर आठवड्याच्या गुरुवारी पीठ मागण्यासाठी तो ओढा ओलांडून गावात येई. जी काही दहा घरं मागे, त्यात आमचंही एक असे. चार सामान्य गोसाव्यांच्या अंगात असतो, तसलाच भगवा पोशाख त्याचाही असे; पण एका बाबतीत मात्र वेगळा होता. तो आपला हातात भोपळ्याचा कटोरा धरून नुसता उभा राही. ताईमाई म्हणून हाका मारीत नसे, का 'बं भोलानाथ'चा गजर करीत नसे. तो मुकाट्यानं येई आणि मुकाट्यानं अंगणात उभा राही. आतबाहेर करता करता कुणाचं जेव्हा लक्ष जाईल, तेव्हा याच्या कटोऱ्यात पिठाची बुचकुली पडे. ते पडलं की, आशीर्वादरूप असं काही मिशांतल्या मिशांत पुटपुटत, पायातल्या खडावा वाजवत तो चालू लागे.

भिक्षा मागण्याच्या त्याच्या या पद्धतीबद्दल आई मतभेद व्यक्त करी.

पीठ घालता घालता एकदा ती त्यालाच बोलली, ''तुझं तोंड बंद का ठेवतोस? मुकाबिका आहेस का? अरे, न बोलता तिन्ही त्रिकाळ जरी असा अंगणात उभा राहिलास तरी कुणी तुला वाढणार नाही.''

गोसावी हसला आणि निघून गेला. त्यानंतर आला म्हणजे थोडा वेळ वाट पाही आणि मग 'माई, माई...' अशा हाका मारी.

असा एकदा तो आल्यावर आईनं त्याला जोत्यावर बसायला सांगितलं. माझे वडील कामासाठी राजधानीच्या गावी जाऊन दीड महिना उलटला होता. दरम्यान आईनं फार हलाखी सोसली होती. उधारपाधार, उसनवार असं किती काळ चालणार?

गोसावी बसला तेव्हा चौकटीला हात देऊन आई उंबऱ्यात उभी राहिली. म्हणाली, ''बाबा, तुला बायका-पोरं आहेत का?''

''नाही माई. मी एकटा आहे.''

''एवढं पीठ मागतोस, तेवढं सगळं खातोस का?''

''थोडं खातो. बाकी साठवितो. वाण्याला विकून टाकतो!''

या खुलाशावर आई थोडी गप्प राहिली. तिनं आपली सगळी शक्ती एकवटली. म्हणाली, ''माझ्या घरात आज पीठ नाही. पोरं भुकेलीत. वाण्याला घालतोस, ते पीठ मला घाल.''

गोसाव्याला वाटलं ही बाई थट्टा करतेय. कपाळावर ठळक कुंकू असलेला तिचा काळासावळा चेहरा गंभीर होता. गंभीरच नव्हे, तर त्यावर वेदनाही होती. या गोसाव्यानं दहा घरचं मागून आणलेलं पीठ भुकेल्या मुलांना खाऊ घालणं ही गोष्ट तिला फार लाजिरवाणी वाटत असली पाहिजे.

संसाराचं असारपण जाणवलेला तो भगवा माणूसही चार लेकरांच्या आईची ही मागणी बघून हलला. त्याचा निबर चेहरा झाकोळून गेला.

"हां माई!"

एवढंच बोलून तो उठला. चालायला लागला.

आई कुठं तरी पाहत उंबऱ्यातच उभी राहिली आणि मग कुठेतरी बघत बसून राहिली.

तिची ही कुठेतरी लागलेली दृष्टी मला अगदी स्पष्ट आठवते. अनेक वेळा तिला अशी एकटक बघत बसलेली मी पाहिली आहे.

आपल्या सुखी बालपणाकडे, आईबापांच्या सावलीत होती, त्या दिवसांकडे ती पाहत असेल का?

नाही. मला वाटतं, ती त्या भूतकाळात जात नव्हती. तो तिनं केव्हाच गंगार्पण केला होता.

ती वर्तमानकाळात आहे असंही त्या बघण्यावरून वाटत नसे.

खात्रीनं ती पुढेच पाहत होती. आणखी पंचवीस-तीस वर्षं पुढे जाऊन मोठ्या झालेल्या मुलांचं कर्तृत्व ती बघत असावी. मुलांचे भरले संसार तिला दिसत असावेत. सर्वत्र सुख आहे, समृद्धी आहे. अशा काळात ती मनानं शिरत असावी. तिच्या त्या बघण्यावरून असाच तर्क होई.

तासाभरानं मठबुवा परत आला. पांढऱ्या कापडाची भलीमोठी थैली त्यानं पीठ भरून आणली होती. ती उंबऱ्यावर ठेवून तो म्हणाला, "घे माई, जेवू देत तुझी मुलं!"

भानावर येऊन आई जागची उठली. तिनं ते पीठ घेण्याअगोदर म्हटलं, "बाबा रे, याचे पैसे द्यायला हवेत. पण ते आज माझ्यापाशी नाहीत. पुढे देईन. चालेल का?"

आईच्या तोंडाकडे बघून गोसावी म्हणाला, "सावकाश दे!"

गोसाव्याच्या भलेपणानं वितळून जाऊन आई बोलली, "काळ काही राहत नाही. उद्या माझी मुलं लहानाची मोठी होतील. चार मुलांचे आठ हात मिळवू लागतील. माझं घर भरेल. दुसऱ्याला उचलून काही देण्याइतकी शक्ती माझ्यापाशी

येईल... जगला-वाचलास, तर माझी मुलं तुझ्या उपकाराची फेड करतील!''

गोसाव्याला काय वाटलं कोण जाणे, पण तो गंभीरपणे म्हणाला, ''अशी बळकट आशा मनात ठेवू नकोस. काही वेगळंही घडेल.''

''नाही घडणार बाबा रे, माझे कष्ट कसे वाया जातील? मुळीच जाणार नाहीत.''

हे तिचं निश्चयाचं बोलणं ऐकल्यावर गोसावी आणखीन काही भविष्यवाणी बोलला नाही. गप्प बसून राहिला आणि मग निघून गेला.

सगळा दिवस आई कुणाशी धड बोलली नाही. दुपारचा स्वयंपाक करून तिनं आम्हाला जेवू घातलं. स्वत: जेवली नाही. आठवड्यातले तीन वार ती उपवास करायची; पण आज कसलाही उपवासाचा वार नसतानाही ती जेवली नाही.

रात्री होती ती दशमी आम्हाला वाढून तिनं भांडं रिकामं केलं. लक्ष्मीसाठी म्हणून नेहमी ती एखादी चौत शिल्लक ठेवीत असे. कायमची पाठ फिरवून असलेली लक्ष्मी कधी चोरपावलांनी येईल आणि घरात अन्नाचा कण नाही हे बघताच निघून जाईल म्हणून आमच्या तोंडातून काढून ती कोर – अर्धी दशमी शिंक्यातील भांड्यात ठेवीत असे; पण आज तिनं तीही ठेवली नाही.

मी विचारलं, ''आई, तू जेवणार नाहीस?''

तिनं मानेनंच नकार दिला.

''लक्ष्मीला काही ठेवलं नाहीस?''

''नाही ठेवलं.''

''पण तू दुपारीही नाही जेवलीस.''

खरकट्यावरून शेणगोळा फिरविताच आई हळू आवाजात पुटपुटली, ''कशाला रे हा देह जगवायचा मी?''

याच खिंडारातल्या घरात आम्ही राहत असताना गावात उंदीर पडू लागले.

राहत्या बिळातून झिंगल्यासारखं चालत उंदीर बाहेर उघड्यावर येत. ही, ती दिशा घेत, स्वत:भोवती प्रदक्षिणा घालत. त्यांच्या लंबोडक्या मुस्कटावर लालभडक रक्ताचा थेंब दिसे आणि तोंड वासून ते मरून पडत. गटारात, उकिरड्यावर, रस्त्यावर, घरात, माळवदावर असे उंदीर पडू लागले. ते कुजून घाण वास सुटला.

– आणि 'आली, आली', म्हणेपर्यंत आगीप्रमाणे प्लेगची साथ पसरली.

जांघेत, काखेत गाठ आणि सणसणून ताप येऊन मघा हिंडता फिरता माणूस

अंथरुणावर पडू लागला. बरळू लागला. अठ्ठेचाळीस तासांत यम त्याला नेऊ लागला.

रोज एक-दोन, एक-दोन चिता ओढ्यात धडधडू लागल्या.

माणसं हवालदिल झाली. गावाला स्मशानकळा आली. गाव फुटू लागलं. बुडत्या जहाजावरचे लोक जसे धडाधड पाण्यात पडून किनाऱ्याकडे जातात, तसे गाव सोडून लोक बाहेर पडू लागले. रानामाळात वस्त्या घालून राहू लागले. शाळा बंद झाल्या. सरकारी कचेऱ्या बंद झाल्या. बाजारपेठा, आठवडा-बाजार बंद झाला. बाहेरचे लोक या गावी येईनात आणि या गावातले लोक बाहेरगावी जाईनात. प्लेगच्या भीतीनं लोकांचे चेहरे पांढरेफटक पडले. सरपण-गोवऱ्या यांचा तुटवडा पडला.

पायऱ्यांजवळच्या खोलीत, आमचं आणि विठूकाकांचं सरपण साठवलेलं असे. वखारीतून आणलेली फोडीव लाकडं, शेणी, कोळशाची पोती इथं रचून ठेवलेली होती.

एके दिवशी सकाळी विठूकाका सरपणाची खोली उघडून आत गेले, तर दारातच त्यांना तोंड वासलेले आणि पाय आखडलेले दोन उंदीर उताणे मरून पडलेले दिसले.

दार तसंच बंद करून उघडेवाघडे विठूकाका आमच्या घरी आले आणि वडलांना म्हणाले, "पंत, प्लेग उंबऱ्याशी आला हो! आता पळालेलं उत्तम!"

वडील अंथरुणावर बसून भूपाळी म्हणत होते, ते काही वेळ गप्प झाले. सावकाश म्हणाले, "तुम्ही जाल आपल्या गावी. एकटे आहात. मी बिऱ्हाड उचलून कुणीकडं जाऊ?"

"मग काय राहणार असल्या साथीच्या खाईत? अहो, पोरं आहेत चार पदरात तुमच्या, पंत. देवावर हवाला म्हणून भागायचं नाही."

यावर वडील काही बोलले नाहीत. त्यांनी केवळ दीर्घ सुस्कारा सोडला.

विठूकाका त्याच दिवशी ट्रंक खांद्यावर घेऊन चार मैल दूर असलेल्या स्टेशनाकडे गेलेही. आमच्या शेजारी एकमेव असणारं घर बंद झालं.

आईचा चेहरा काळवंडून गेला. ती म्हणाली, "पोरं पाठीशी बांधून मी आता पायी चालत माझ्या गावी जाते. या साथीत गाठ येऊन मरण्यापरीस मी उपासमार काढेन, वाटेल ते कष्ट उपशेन. माझी पोरं जगवेन. चला, आपण सगळेच जाऊ. चुलीत जाऊ द्या तुमची ती कचेरी!"

त्याच्या तिसऱ्या दिवशी कुणीतरी घाबऱ्या घाबऱ्या येऊन बातमी दिली की, "गोळीणबाईंना ताप आला आहे. गाठ उठली आहे."

आई बघायला म्हणून जायला निघाली तेव्हा माझा मोठा भाऊ रागानं म्हणाला, "हां, माफ करा आईसाहेब. तुम्हाला जिवाची पर्वा नाही; पण आम्हाला आई पाहिजे. असल्या आजारपणात भेटीचा उपचार पाळायचं कारण नाही."

चार दिवसांनीच दोन्ही कानांनी ठार बहिऱ्या गोळे कम्पाउन्डरांना या जगात एकटं सोडून गोळीणबाई मरून गेल्या.

– आणि लगोलगच, तांबे मास्तर तापानं फणफणून अंथरुणावर पडले.

ही बातमी ऐकताच आई फार हळहळली. वरचेवर तिच्या तोंडातून शब्द निघू लागले, "अगाई, कसं या पुण्यवान माणसालाच आजारानं गाठलं!"

"अगाई काय रे होईल आता त्या घराचं!"

आईला दाही दिशा ओस झाल्यासारख्या वाटल्या.

"आता कुठे जावं, कसं जावं? नाही गेलं आणि घरात प्लेग शिरला तर? मी मेले, मुलांचे वडील मेले तर या कच्च्याबच्च्यांना कोण सांभाळेल? माझ्या पोरांना काही झालं, एखादं पोर जरी गेलं तरी मी शोकानं मरेन. विष खाईन. मी काय करू? मी कुठं जाऊ? यातून मला कोण हात देईल?"

ध्यानीमनी नसताना मावशींकडून निरोप घेऊन त्यांचा शेतावरचा गडी आमच्या घरी आला. आईला म्हणाला, "आईसाहेबांनी सांगितलंय, आम्ही मळ्यात राह्यला जातोय. तुम्ही सामानसुमान आवरा. सकाळी बैलगाडी येईल. त्यातनं मळ्याकडे या. आहे त्या झोपडीत सगळे राहू."

आईनं भरल्या गळ्यानं वडलांना विचारलं, "अहो, जाऊ या त्यांच्याकडे?"

"हा काय एक-दोन दिवसांचा प्रश्न आहे का? त्या म्हणताहेत, हा त्यांच्या मनाचा मोठेपणा आहे. पण त्यांच्या एवढ्या मोठ्या कुटुंबात आपणही पाहुणे जाऊन कशाला गर्दी करायची? किती तोशीस द्यायची त्यांना आणि किती दिवस?"

आई म्हणाली, "आंब्याखाली राहू; पण आता या गावात आणि या घरात नको."

– आणि रागानं, असहाय अवस्थेमुळे तिला रडायला आलं. माझ्या लहान भावाला पोटाशी धरून ती रडरड रडली.

दरम्यान, माझा थोरला भाऊ मावशींच्या मुलांबरोबर मळ्यात गेला आणि आमच्या झोपडीसाठी जागाही शोधून आला.

आई मावशींना म्हणाली, "आम्हाला चार मेढ्या ठोकून द्याल तुमच्या गडीमाणसांकडून, तर बरं. मी लगोलग मुलांना घेऊन येते."

मावशींनी खाली मान घालून ही विनंती आपल्या यजमानांच्या कानी घातल्यावर तांबड्यालाल नजरेनं मावशींकडे बघत नाना म्हणाले असले पाहिजेत, "हो, काहीतरी सोय केली पायजे, न्हाई तर भोसडीची ती पोरं प्लेगानं जायची... आपल्या गोळ्याची बायकू आन् तो तांब्याचा पोरगा न्हाई फुकट मेले?"

नानांच्या तरवटून बोलण्याचा, शिव्या घालण्याचा, लालभडक डोळ्यांचा अर्थ पुढे पुढे आम्हाला कळला.

त्यांना गांजा ओढायची सवय होती!

गावातल्या ब्राह्मणवर्गाच्या बऱ्याच झोपड्या नानांच्या आसपास उभ्या राहिल्या. भाऊबंद असल्यामुळे जमिनी एका तळावरच होत्या. नानांच्या काळ्याकरंद मळ्यात जागोजागी आंब्याची मोठमोठी झाडं होती. अशा चार झाडांच्या सोबतीनं आमच्या झोपडीला जागा मिळाली. नीटनेटकी, प्रशस्त झोपडी बांधून घ्यायला करावा लागतो, तो खर्च काही माझ्या वडलांच्या कनवटीला नव्हता. आईचे चार गोड शब्द खर्चून तेवढ्या किमतीत केवढी आणि कशी झोपडी येणार? झाली आपली वेडीबागडी.

उघड्या रानातला वारा फार भरारून झोपडीत घुसू लागला, तेव्हा वडलांनी कचेरीतलं एक फाटकं, तांबडं जाजम मागून आणलं आणि तांबड्या-काळ्या शाईचे मोठमोठे डाग पडलेलं ते वस्त्र झोपडीला नेसवलं. आजूबाजूला टुमदार छान झोपड्या होत्या. त्यांची छपरं नव्याकोऱ्या पत्र्यांची होती. भिंती पिवळ्या चमकदार गव्हाच्या काडानं केलेल्या होत्या. या सगळ्या चांगल्या वस्तीत फक्त आमचीच झोपडी अगदी सुमार होती. रस्त्याकडेला बसलेल्या म्हाताऱ्या भिकारणीसारखी ती वाकलेली दीनवाणी दिसे.

आपल्या मुलखातून परमुलखात जगायला आलेले भटके धनगर, गाढवी सोनार किंवा फासेपारधी जसे रानात वस्ती टाकून राहतात तसे आम्ही राहिलो होतो. ते रात्री दिवा लावत नाहीत, दिवस मावळायच्या आत चार घास तळहाताचीच थाळी करून खातात. पाखरासारखे झोपून जातात. आम्ही दिवा लावत होतो, ताटं-वाट्या घेऊन जेवत होतो, माझा मोठा भाऊ कंदील पुढे ठेवून रात्री उशिरापर्यंत अभ्यास करीत होता.

पुढे लवकरच वडलांची कचेरी गावातून तात्पुरती हलली आणि पाचएक फर्लांगावर मोठ्या सडकेला लागून असलेल्या बंगल्यात सुरू झाली. आंब्याच्या

झाडांनी सुशोभित असं आवार या बंगल्याला होतं. बंगला सरकारीच होता. एरवी संस्थानचे राजेसाहेब लवाजम्यानिशी आले की, त्यांचा मुक्काम याच आंबराई बंगल्यात असे.

कचेरी सुरू झाली, पण आमच्या कुणाच्या शाळा मात्र सुरू झाल्या नाहीत. दिवसभर रानावनातून भटकण्यात आमचा वेळ आनंदात जाऊ लागला. नानांच्या मळ्याच्या कडेनं एक मोठी ओघळ गावओढ्याच्या दिशेनं वाहत गेली होती. ओघळीच्या काठानं गर्द झाडी होती. उंबराची, कवठाची, चिंचेची, सीताफळीचीही झाडी होती. या ओलसर झाडीतून टिय्ये राघू आणि घनछड्यांचे आवाज ऐकत आम्ही भटकत असू. पिकली उंबरं खात असू आणि मोरांची पीसं गोळा करीत असू. ओघळीकाठी, पाण्यानं भरलेल्या तालींच्या काठी बाभळीची खूप झाडं होती. त्यांच्यावर सुगरण पाखरांची घरटी लोंबत असत. ही घरटी आम्ही आत काय आहे, अंडी आहेत का पिलं आहेत म्हणून शोधत असू.

पिंपळाच्या उंच झाडावर एकदा आम्हाला भलंमोठं घरटं दिसलं. हे घारीचं होतं. चिलिलिली अशी ओरडत घार या पिंपळावर वारंवार बसलेली आम्ही पाहिली.

इतक्या उंच जाऊन या घरट्यात काय आहे, हे कोण बघेल? जो तिथपर्यंत चढेल, त्याला मोराची मोठी चार पिसं बक्षीस, अशी शर्यत लागली. ही शर्यत माझ्यापेक्षा मोठ्या भावानंच लावली होती. आम्ही एकूण पाच खेळगडी होतो. हे सगळे माझेच शाळासोबती होते. एक मारवाड्याचा हंच्या होता – त्याचं मूळ नाव हंसराज होतं. एक वाण्याचा भला गुटगुटीत मुरल्या होत्या, एक सालोमन म्हणून ज्यू होता आणि एक चांभाराचा संभू होता. झाडावर चढायला कुणीच तयार नव्हतं.

झाडावर चढण्याची विद्या मला उत्तम तऱ्हेनं येत होती, पण इतक्या उंच झाडावर यापूर्वी मी कधी चढलो नव्हतो. माझ्या भावानंच, ज्यानं मागं एकदा घोड्याच्या शेपटीचा केस खेचल्याबद्दल टाप खाल्ली होती, मला उत्तेजन दिलं.

कोणीही चढवलं की झाडावर चढू नये, ही अक्कल तेव्हा मला नव्हती. मी वीरश्रीला पेटलो आणि चार मोरपिसं मिळण्याच्या आशेनं दोन्ही तळहातांवर थुंक टाकून पिंपळावर चढू लागलो.

खालून ओरडून पोरं मला बळ देत होती.

मी जोमानं पंचवीस एक फूट चढून गेलो. खारीसारखा खोडाला चिकटलो. अजून कोटं फारच वर, अगदी शेंड्याला होतं.

– आणि खाली पाहिलं तर डोळे फिरत होते.

इथं माझं धैर्य एकदम गळालं!

– आणि नेमक्या याच क्षणाला हातात ओलं चिपाड घेऊन नाना गर्जना करीत

आले, ''कोण चढलाय रे पिंपळावर? मरायचं आहे का?''

माझ्याबरोबर होती ती पोरं तात्काळ चारी दिशांना उधळली.

चिपाड सरसावून त्यांच्यामागे धावता धावता नाना थांबले, कारण मी भीतीनं मोठ्ठा गळा काढला.

वर बघून नाना ओरडले, ''पडशील, भोसडीच्या! भिऊ नकोस. तुला कुणी फासावर देत नाही. बेतानं खाली उतर.''

मी गळा काढून म्हणालो, ''मला येत नाही उतरायला. मेलो, आई....''

नानांचा ज्ञानू मांग नावाचा गडी त्यांच्या मागेच होता.

नाना त्याला म्हणाले, ''देन्या, भडव्या बघत काय राहिलास? सरासरा वर चढ आणि पोराला उतरवून घे.''

देन्या वर चढला. त्याच्या हातावर, खांद्यावर पाय ठेवत, घसरत, खरडत, थरथर कापत मी खाली उतरलो.

नानांनी माझी बकोट धरली आणि दोन चिपाडं कुल्ल्यावर ओढली.

''चल तुझ्या बापाकडं. घारीनं डोळे फोडले असते म्हणजे आंधळा झाला असतास! चल.''

झोपडीत वडील नव्हतेच. आई होती. तिच्या देखत नानांनी पुन्हा शिव्या हासडल्या. दोन आणखी चिपाडं माझ्या अंगावर ओढली आणि म्हणाले, ''पोराला ताकीद द्या. अशानं अपघाती मरंल!''

आई झोपडीच्या दाराशी उभी होती. काही बोलली नाही. मला दाराकडे ढकलून नाना बडबडत निघून गेल्यावर तिने मला हाताला धरून आत नेलं. ओल्या चिपाडानं अंगावर उठलेल्या लालभडक वळांवरून हात फिरवीत कातर आवाजात ती म्हणाली, ''कधी रे शहाणपण यायचं तुला!''

अंगावर ओढलेल्या चिपाडानंच जर शहाणपण येत असतं, तर समस्त जनावरं शहाणपण नसती का शिकली?

या झोपडीतल्या मुक्कामातच माझा थोरला भाऊ लांब राजधानीला शिकायला गेला. तिथं तो गरीब विद्यार्थ्यांसाठी असलेल्या वसतिगृहात राहणार होता. पैसे न पडणाऱ्या बोर्डिंगात जेवणार होता आणि अभ्यास करून मॅट्रिकची परीक्षा पास होणार होता.

रात्रभर जागून आईनं त्याच्यासाठी दशम्या केल्या. मुगाच्या पिठाचे लाडू केले. त्याच्या फाटक्या धोतराला दंड घातला. म्हणाली, ''सोन्या जा. नीट अभ्यास कर.

परीक्षा दे. पास हो आणि एकदा मिळवता हो, बाबा. अरे, आम्ही किती काळ हालअपेष्टा सोसायच्या? किती दारिद्र्य भोगायचं? फार ओझं आहे बाबा तुझ्यावर... सगळी लहानधाकटी भावंडं या गरिबीच्या गाळातनं आता तुलाच वर काढली पाहिजेत. आधी तू निघालं पाहिजेस आणि यांना एकाएकाला हात धरून काढलं पाहिजेस. आम्ही आता हात टेकले. तूच एकमेव आधार आहेस आता आम्हाला! जा, जपून राहा, यशवंत हो.''

    – आणि भल्या पहाटे देवाच्या, वडलांच्या आणि आईच्या पाया पडून माझा भाऊ खांद्यावर लहान वळकटी आणि हातात पिशवी घेऊन बाहेर पडला.

☐

## । चार ।

पाच महिने गेले. गावात पुष्कळ पडझड करून, माणसं मारून काळा प्लेग निघून गेला. रानातल्या वस्त्या मोडून माणसं पुन्हा गावात नांदायला आली. आम्ही गावात दुसरं घर बघितलं.

त्यातल्या त्यात ओढ्याच्या जवळपास घर बघणं हे इथं शहाणपणाचंच होतं. एरवी घरातली स्त्री पाणी आणता आणता मरून गेली असती. म्हणून तर इथं हे काम घरातल्या स्त्रीकडून काढून पुरुषांनी आपल्या खांद्यावर घेतलं होतं. लोखंडाच्या मोठमोठ्या लंबगोल घागरी आपल्या बळकट खांद्यावर घेऊन घरातले पुरुष भराभरा चार-आठ खेपा करीत आणि दिवसभराचं पाणी भरून टाकीत. घरादाराला, पाळलेल्या जनावरांना प्यायला, म्हाताऱ्याकोताऱ्यांना, बायांना, मुलाबाळांना अंघोळीसाठी, स्वयंपाकासाठी आणि सडासारवणासाठी पुरून उरेल एवढं पाणी घरचे धडधाकट पुरुषच भरून टाकत. सकाळ होते ना होते, तोंडाला तोंड दिसते ना दिसते, तोवरच पुरुषमाणसांची वर्दळ ओढ्याला सुरू होई.

ब्राह्मणांच्या घरांतून मात्र अजूनही हे काम स्त्रीवर्गाकडेच होतं. काही थोड्यांनी पाणी भरायला ब्राह्मण गडी ठेवले होते. काही घरांतली बलदंड मुलंही हे काम करायची, पण अजूनही काही घरच्या बायकांनाच हे शरीरकष्टाचं काम करावं लागत होतं.

आमचं साथीनंतर घेतलेलं दुसरं घरही ओढ्याच्या काठीच होतं. अगदी काठावर नाही, ओढ्यापर्यंत पोहोचायला बरंच चालून जावं लागायचं. पण पहिल्या घराप्रमाणे हे घरही ओढ्याच्या उतारावरच होतं.

इथं सोबत मात्र चांगली होती. शेजार होता. शिवाय पोराटकी असा घराचा मालक आणि त्याची म्हातारी आई याच घरात अगदी भिंतीपलीकडे राहत होते. त्यांना आणि आम्हाला सोपा एकच होता. आत लहानसं माजघर होतं, त्यापलीकडे आणखी लहान स्वयंपाकघर होतं आणि मागं बंदिस्त असं परसू होतं. परसात मुंगसांची बिळं होती. गुलबक्षीची चार, सब्जाचं एक अशी रोपं होती. एक गवती चहाचं बेटही होतं. वडलांच्या कचेरीतलेच एक, मोजणीदार या हुद्द्यावर असलेले असे कोणी बंडोबा होते. त्यांनी आपल्या चुलतभावाला सांगून हे घर मिळवून दिलं होतं. आमचे बुटके मालक हे मोजणीदारांचे चुलतभाऊ होते. पण त्यांचा व्यवसाय आठवडा-बाजारात विक्रीला येणारं तूप किरकोळीनं खरेदी करायचं आणि ते डब्यात भरून कुठंतरी जास्त भाव येईल, अशा ठिकाणी पाठवायचं असा होता. पिशवीत खुर्दा घेऊन ते सायकलीवरून गावोगावचे आठवडे-बाजार हिंडत असत. यांच्या जवळ गेलं की, लोणकढ्या तुपाचा खमंग वास येई. शिवाय ते नित्यच पाघळल्यासारखं हसत.

आम्ही या नव्या घरात आलो याचा सर्वांत जास्त आनंद आईला झाला. आनंद व्हायची कारणं अनेक होती. मुख्य कारण म्हणजे ते खिंडारातलं, भुतंखेतं आणि सापविंचू यांचा वावर असलेलं घर सुटलं. इथं हाक मारली तर मध्यानरात्री धावून येतील असे शेजारी मिळाले. इथनं ओढाही फार लांब नव्हता. घराला थोडंसं अंगण होतं. तुळशीवृंदावन होतं. आजूबाजूला सगळी चांगली वस्ती होती. बाजारपेठ जवळ होती. शंकराचं देऊळ जवळ होतं. सरकारवाडा जवळ होता आणि माझी शाळा तर ओढ्याकडच्या दिशेला चार घरं सोडूनच होती. मधल्या सुट्टीत मी सहज घरी येत होतो. पिठाची गिरणीसुद्धा इथनं जवळ होती.

नागूपंतांना (हे आईनं माझ्या धाकट्या भावाला ठेवलेलं नाव) घटकाभर एकटं ठेवून जरी गेलं तरी शेजारी त्याच्यावर लक्ष ठेवत असत. ओढ्याला पाण्याला गेलं म्हणजे अगदी घराला कुलूप ठोकून जायची गरज नसे. कडी घातली म्हणजे झालं. घरमालकाच्या म्हाताऱ्या आजीबाईंना फक्त सांगायचं की 'लक्ष ठेवा, पाण्याला जाऊन येते.' म्हातारी रुटूखुटू करत सोप्यालाच बसलेली असायची. ती वेळप्रसंगी नागूपंतांकडेही लक्ष ठेवायची. पुष्कळदा आईला या पोराची नजर चुकवून बाहेर जावं लागे. कारण ते मागं लागे. तीन वर्षांचं पोर चालून किती चालणार? लवकरच ते दमायचं आणि आईला थांबवून दोन हात वर करून रडायचं. मग त्याला कडेवरनं

सारखं वागवावं लागे.

चार-चार पोरांचं करावं लागायचं, त्यामुळे आई फार बेजार व्हायची.

माझे काका आमच्या जन्मगावाजवळच तालुक्याला राहत होते. ते एकटेच असायचे. कारण बरंच वय होईपर्यंत त्यांनी लग्नच केलं नव्हतं. हे काका कशातरी निमित्तानं एकवार आले तेव्हा आई त्यांना म्हणाली, "एकटेच राहता, करमतं का घरी?"

काका स्वभावानं फारच गरीब होते. त्यांचा चेहरा आणि अंगलटही बाईआजीसारखी होती. ते खाली बसले की, दोन गुडघे उभे करून बसत. पाण्याकाठी बसलेल्या बळंकीसारखे दिसत.

आईच्या प्रश्नावर हसून काका म्हणाले, "उद्योग असतोयच की... कचेरीतला संपला की, घरातला असतोय. झाडलोट, स्वयंपाकपाणी, फिरती."

"नाहीतर मी म्हणणार होते... एखाद्या मुलाला न्या शिकायला तिकडे. तुम्हाला सोबत होईल. माझ्याही डोक्यावरचं ओझं थोडंसं कमी होईल."

काकांनी थोडा विचार केला. उत्साहानं ते म्हणाले, "नेतो की, कुणाला पाठविता?"

"तो मोठा हातातोंडाशी आलायच. मॅट्रिक झाला की त्याला नोकरी लागेल. त्याचा जम बसेपर्यंत दोन-चार वर्षं जातील. त्याआधी याचं, दुसऱ्याचं शिक्षण निदान सातवीपर्यंत झालं तरी बरं."

"त्याला घेऊन जातो मी."

– आणि एके दिवशी माझ्यापेक्षा मोठा भाऊही गेला. आता घरात आम्ही दोघंच मुलं राहिलो. मी आणि नागूपंत.

खरं तर एकूण आम्ही सगळी आठ भावंडं. सहा भाऊ आणि दोन बहिणी. पण क्वचित काही मोठा प्रसंग सोडला तर आम्ही सगळेच्या सगळे एकत्र राहिल्याचं मला कधी आठवत नाही. मी सहा-सात वर्षांचा होतो तेव्हाच ओळीनं दोन-तीन वर्षं आम्ही चार भावंडं एकत्र राहिलो, एरवी कधीही नाही. आम्ही सगळे आठी दिशांना असू.

हा भाऊ काकांकडे गेला, तेव्हा चवथ्या इयत्तेत होता.

काकांना आईनंच लहानाचं मोठं केलं होतं. त्यामुळे त्यांना आईविषयी फार वाटत असे.

ते म्हणाले, "वहिनी, काही काळजी करू नका. मी याचं सगळं नीट करेन."

हे काय नीट करणार होते? पोलिसात नोकरी होती. बदल्या होत. एखादी खोली बघून राहत. घरातलं सगळं स्वतःच बघत. स्वयंपाकपाणी, धुणं-भांडी, झाडलोट... सगळं व्यवस्थित करीत.

भाऊ गेला म्हणजे त्याचंही करणं आलं. कारण तोही लहानच होता आणि त्यालाही शाळा होती. अभ्यास होता आणि विशेष म्हणजे गेल्या वर्षीच तो मोठ्या संकटातून वाचला होता.

पोरबाळ म्हटलं की आजार व्हायचाच; पण आईनं काढले तेवढे पोरांचे आजार क्वचित कुणाच्या वाट्याला येत असतील.


आईचं आणि वडलांचंही आम्हाला निक्षून सांगणं असायचं की, वेळेवर हजामत केली पाहिजे. महिन्यातल्या अमुक एका तारखेला ते आम्हा तिघांनाही घेऊन न्हाव्याच्या दुकानात जात आणि हजामत करून आणत. आमचे सर्वांचे चेहरे पहिलवानासारखे दिसत. नाही म्हणायला घोड्याच्या कपाळावर असते, तशी चार बोटं रुंदीची शेंडी मात्र राखली जाई.

ही हजामत चुकवणं यात माझा नंबर दोनचा भाऊ फारच हुशार होता. नाना हिकमती काढून तो ही हजामत टाळत असे. कारण त्याला डोकंभर केस वाढवायचे असत. भांग पाडायचा असे आणि तसं करणं, ही काही सभ्यतेची लक्षणं समजली जात नव्हती. त्यानं तसे केस वाढवले खरे; पण त्यांची करावी तशी मशागत त्याच्या हातून झाली नाही. याचा परिणाम म्हणजे केसांच्या टोपल्यात डोक्याला पुटकुळ्या उठल्या. खाज सुटली. नखं लागून पुटकुळ्या चिघळल्या. इतकं झालं तरी केस काढून टाकावे लागतील या भीतीनं त्यानं सगळं तसंच सहन केलं. बराच काळ अंगावर काढलं.


घरात चांगला खेळत किंवा अभ्यास करीत बसला असताना मधेच तो वेड्यासारखा किंचाळायचा. हा अभद्र, चमत्कारिक सूर ऐकून सगळे दचकायचे. वडील विचारायचे, "असं रे का करतोस?"

तर हा काही बोलायचा नाही. पळून बाहेर जायचा.

त्याचं हे किंचाळणं मग हळूहळू वाढलं. दातावर दात घट्ट रोवून आणि दोन्ही हातांच्या मुठी घट्ट दाबून तो असा किंचाळला की फार भय वाटायचं.

आई त्याला जवळ घेऊन विचारायची, "तुला काय होतंय मला सांग. असा मधूनच का ओरडतोस?"

तो म्हणायचा, "सांगितलं तर तुम्ही माझे केस काढून टाकाल."

"नाही रे, पण सांग. असं काळजाला घरं पडतील असं का ओरडतोस?"

''माझ्या डोक्यात एकदम वळवळतं.''

''म्हणजे रे?''

''कुणास ठाऊक!''

हा माझा भाऊ इतर भावंडांसारखा सशक्त नव्हता. अंगानं बारीक होता. फार व्रात्य होता. चड्डी घालणं आवडत नाही म्हणून धाकट्या भावाला आईनं जसं 'नागूपंत' हे टोपणनाव दिलं होतं, तसं याला ती 'बारीकराव' म्हणे. फार खोड्या करायचा म्हणून 'कारभारी' असंही एक नाव त्यानं कमावलं होतं.

बारीकराव रात्री, अपरात्री सुद्धा दचकून जागा होऊ लागला आणि किंचाळू लागला. तेव्हा मात्र आईला काळजी वाटायला लागली. त्याला ताप येऊ लागला. तो जेवेना.

सगळी कामं बाजूला टाकून एके दिवशी ती त्याला घेऊन सरकारी दवाखान्यात गेली. माझ्या भावाच्या हाताला धरून रांगेत बसून राहिली. तास, दीड तासानं नंबर लागला. डॉक्टरांनी भावाला तपासलं आणि ते आईवर फार रागावले, ''तुम्ही इतके दिवस गप्प कसे बसलात? तुम्हाला एवढं कसं कळलं नाही? या मुलाच्या डोक्यात

केवढ्या जखमा झाल्यात! त्या किती चिघळल्यात. त्यात कृमी झाले आहेत. जनावराच्या जखमेत होतात तसे! कसले तुम्ही आईबाप! अडाणी!''

भावानं रडून गोंधळ केला, तरी डॉक्टरांनी कात्रीनं त्याचे केस कापले. जखमा धुतल्या. औषधं लावली, दिली.


रात्र झाली. भावाला झोप लागली की आई उठायची. लहान चिमणी लावायची आणि डिकेमलीची पूड जखमांत टाकून कृमी वेचायची....

फार पिकलेला पेरू कापला म्हणजे त्यात वळवळणारी पांढरी सुतं दिसतात तसे हे कृमी दिसत. ते वळवळत.

ओसाडीतल्या त्या भयाण घरात चिमणी ढणढणत असायची. भिंतीवर काळ्या सावल्या हलायच्या. मुलं झोपलेली. वडील झोपलेले आणि एकटीच आई भावाच्या उशाशी बसून असायची. डिकेमलीचा वास घरात कोंडून राहिलेला असायचा.

हे विलक्षण दुखणं चार महिने चाललं होतं.

आई रात्र रात्र जागत होती. हे पोर आता हाती लागत नाही म्हणून डोळे गाळीत होती.

पण अखेरीला माझा हा भाऊ वाचला होता. काहीही अपाय न होता या जीवघेण्या दुखण्यातून तो बरा झाला होता.

– आणि आता आईनं त्याला काकांच्या हवाली केलं होतं. म्हणाली, ''असा तोडून टाकून तरी त्याला शहाणपण येऊ दे. आपल्या पायांवर त्याला उभा राहू दे. घरावेगळी झाली म्हणजे पोरं आपोआप शहाणी होतात.''


बारीकरावांना काका घेऊन गेले.

नागूपंत चार वर्षांचे झाले.

आई अंगानं भरली. तिच्या तोंडावर तेज दिसू लागलं. धान्य निवडता निवडता, त्यात सापडलेल्या काळ्या मातीचा डिखळा ती तोंडात टाकू लागली. हे खावं ते खावं असं तिला वाटू लागलं.

– आणि मला पाचवं भावंडं होण्याचा काळ आला.

जेव्हा तेव्हा आई आणि दादा यांच्यात ही बोलणी होऊ लागली.

आई विचारी, ''मग काय करू या?''

''कशाचं?''

जो विषय चोवीस तास आईचं मन व्यापून राहिलेला होता, त्याच्याबद्दल एवढा तिऱ्हाईतपणा दाखवला जावा, यामुळे आई दुखावली जाई. वडील आणि काही वेगळ्याच विवंचनेत असत. आपण आईला दुखावतोय हे त्यांच्या गावीही नसे.

''हेच की! दुसरं काय, या महिन्यातच मला गेलं पाहिजे. तिथे माझी सगळी

सोय होईल. वेळेला माणसं उभी राहतील. या परक्या गावात काही व्हायचं नाही. तिथं मी माझ्या मुलीला चार दिवस बोलावून घेईन घराकडे बघायला.''

"ती काय हिकडंसुद्धा येईल की!"

"नुसती तिला बोलावली की सगळं भागतंय का? दुसरा जन्म आहे तो. किती बघावं लागतं, किती वस्तू लागतात, किती सोय लागते. विश्वासाची, मायेची माणसं लागतात.''

"खरं आहे. कसे जाल? मला काही आता रजा मिळायची नाही. शिवाय उगीच भाडेखर्च जाणार.''

"मी कधी म्हणतेय, तुम्ही पोहोचवा? मी जाईन, सोबत मिळाली म्हणजे. मिरजेपर्यंत सोबत मिळाली तरी पुरे. पुढे वासूदला जाईन. तिथनं गावाला जाईन. बघेन, वाहन कसं मिळेल ते.''

हे संभाषण फार गंभीर होत आहे याची जाणीव एकदम वडलांना व्हायची. मग ते म्हणायचे, "आम्ही आणि गडदूभाई राहू इथं!"

मी अंगानं अगदी गबदूल होतो. म्हणून वडील मला विनोदानं 'गडदूभाई' म्हणत.

टोपणनावं ही बहुधा पाळण्यात ठेवलेल्या नावापेक्षा जास्ती अन्वर्थक असतात.

आई कितीही निश्चयानं बोलली तरी चार वर्षांच्या पोराला उचलून या अवघड प्रवासाला एकट्यानं निघणं वेडेपणाचं आहे, याबद्दल तिला शंका नसायची. कारण हा प्रवास थेट, एका वाहनाचा असा नव्हता. टांगा, आगगाडी, मोटार आणि बैलगाडी असा हा लांबलचक प्रवास होता.

मिरजेला पोहोचताच सर्व्हिस मोटार धरावी लागे. मिरज ते पंढरपूर जाणारी ही मोटार रस्त्यावर मधेच 'सरूबाईचा मठ' म्हणून एक ठिकाण होतं, तिथे थांबे. अगदी आडरानातील या ठिकाणी क्वचित कोणी उतारू असे. मोटार धुरळा उडवीत निघून जाई. सरूबाईचा मठ म्हणजे उघड्या माळावर बांधलेली चार खणी लांबलचक, धर्मशाळेसारखी इमारत होती. कमी खिडक्या आणि मुळीच दार नसलेली. इथं

पिंपरणीच्या झाडाखाली उतरायचं. शेजारच्या वस्तीवरनं पाण्याची घागर उसनी घ्यायची, ती विहिरीतनं भरून आणायची. जेवण करायचं, वस्तीवरनंच भाड्याची बैलगाडी करायची आणि डिगी डिगी करीत दिवस मावळेपर्यंत कधीतरी गावी पोहोचायचं.

वडलांनाही माहीत होतं की, पोराला घेऊन एकटीनं करण्यासारखा हा प्रवास नाही. मग ते सोबतीच्या चौकशीत राहिले. आई बांधाबांध, आवराआवर करायला लागली.

माझ्या आईचा जीवनप्रवास हा परिस्थितीच्या वाळवंटातून केलेला खडतर आणि लांबलचक प्रवास आहे. त्यात डोक्यावर आग ओतणारा सूर्य आहे. अचानक आडवं येऊन मार्ग खुंटविणारी वाळूची टेकाडं आहेत. धुळीची वादळं आहेत. तहानतहान आहे. हिरवळ आहे आणि पाणी आहे. पुष्कळ काहीबाही आहे.

मला काही सगळं बघायला मिळालेलं नाही. बरंचसं तिनं मला वेळोवेळी सांगितलं आहे. बरंचसं मी इतरांकडून ऐकलेलं आहे आणि बरंचसं कल्पनेनं जाणून घेतलेलं आहे.

आपली आठवण ही एक अजब गोष्ट आहे. अनेकदा अत्यंत सामान्य गोष्टी पक्क्या आठवणीत राहतात आणि फार महत्त्वाच्या असतात, त्या साफ विसरल्या जातात. आपण नकळत घेतलेली ही फिल्म केवढी सप्तरंगी, केवढी लांबलचक आणि किती ठसठशीत असते! हिची असंख्य रिळं असतात. काही काही भाग मधेच कोरा, अगदी कोरा असतो आणि काही किती धूसर, किती अस्पष्ट असतो. ही रिळं किती आहेत, त्यावर काय आहे याचा आपल्याला कधी पत्ताही नसतो; पण अचानक एखादा वास, एखादा आवाज, एखादं दृश्य आपण पाहतो आणि भर्रकन एक कुठलं तरी पार जुनंपुराणं झालेलं रीळ उलगडलं जातं. ते बघून आपणच चकित होतो. कधी उदास होतो आणि कधी सुखावतो.

अजूनही कधी ओल्याचिंब पावसाळ्यात, ओली लाकडं पेटून एक धुरकट गंध आला की, बाईआजीच्या मरणाचं रीळ माझ्या डोक्यात भर्रकन उलगडून जातं आणि ते मागं पाहिलं, त्यासारखं मुळीच नसतं. तपशिलात काही नवे तपशील असतात, काही नवे गंध, काही नवे स्पर्श, काही नवे रंग असतात.

बाळंतपणाला म्हणून आई आमच्या खेड्याकडं निघून गेली. आली तेव्हा ती बाईआजीला घेऊन आली होती. गेली तेव्हा माझ्या धाकट्या बहिणीचा इवलासा गोळा पोटात वागवत गेली.

एक जीर्ण पान गळून पडलं, एक नवा कोंब तत्काळ फुटला.

जीवनाचा हा महानंद केवढा विशाल आणि कसा घोघाट वाहत असतो!

मी आणि दादा – बापलेक दोघंच राहिलो.

जाताना आई मला वारंवार सांगून गेली होती, "नीट शाळेला जा. शाळा चुकवू नकोस. खोड्या करायच्या नाहीत. हातपाय धड ठेवायचे. बापाला सळो की पळो करायचं नाही. काहीही काम न करता हादडायचं नाही. कळता झालास आता. त्यांना होईल तेवढी मदत करीत जा घरी. मला बाळ झाल्यावर दोघं या हं, मग बघायला...."

इथल्या हवेत दादांचा दमा जास्तीच बळावला होता. ते पाठीत वाकले होते. जणू काही कसलंतरी जड ओझं सतत त्यांच्या खांद्यावर होतं. अरबी रात्रींमधला तो कुबडा म्हातारा जसा सिंदबादच्या मानगुटीभोवती पाय घट्ट आवळून त्याच्यावर स्वार झाला होता ना तसं.

माझी शाळा सकाळची आणि दुपारची होती. किल्ली माझ्यापाशी असायची. दादांच्या आधी मी घरी यायचो – अकरा वाजता. दादा बाराला यायचे. मग चूल पेटवायचे, पाणी तापवायचे. अंघोळ करायचे. मग स्वयंपाक. आम्ही दोघं जेवायचो. दादा विचारायचे, "काय गडदूभाई, पिठलं फर्मास झालंय का? काय गडदूभाई, भाजी आवडली का? हाणा मग...."

मला वाटायचं की, आपणच दादा यायच्या आधी ओढ्यावरून पाण्याची कळशी आणावी. चूल पेटवावी. पाणी तापवावं. निदान भात तरी शिजवून ठेवावा.

ही खटपट एकवार मी केली आणि सगळं फसून गेलं. एवढं मोठं रॉकेल ओतूनही चूल धड पेटली नाही. घरभर धूर झाला. भात करावा म्हणून मी तांदूळ पातेल्यात ओतले आणि हे एवढं पाणी त्यात ओतून ठेवलं. दादा येईपर्यंत तांदूळ फक्त भिजले आणि सगळ्या भांड्यांना रॉकेलचा वास लागला.

दादा म्हणाले, "अरे गड्या, चूल अशी नाही पेटवायची. लाकडं एकमेकांवर पोकळ, अशी ठेवायची आणि त्यांच्या खाली लहानसा रॉकेलचा बोळा ठेवून पेटवायचा. लहानसहान ढलप्या वर सावकाश रचायच्या, धूर होतोय म्हटलं की असं फुंकणीनं फुंकायचं... आणि असा भपकन जाळ पेटवायचा.

"तांदूळ आधी स्वच्छ निवडायचे, मग धुवायचे. मग पातेल्यात ओतायचे, किती? ही वाटी आहे ना लहानशी ती भरून आणि पाणी किती? तर तांदळाच्या वर बोटाचं एक पेर बुडेल एवढं...."

एकदा मी पिठलं केलं ते काहीच्या बाही झालं. जशी काही कोष्ट्याची खळ. तर दादा म्हणाले, "असं नाही, गणिताप्रमाणे हेही रितीनं करावं लागतं. गार पाण्यात पीठ नाही पेरायचं. चांगली उकळी येऊ द्यायची आणि मग तिखटमीठ. मग पळीनं फोडणी...."

हे धडे पुढे मला आयुष्यात अनेकदा उपयोगी पडले.

कधी कधी दादांचे दोघे-चौघे मित्र ट्रिप काढायचे. डोंगरावरच्या देवाला, कधी गावाबाहेरच्या बंगल्यात. या मित्रांनी कांद्याची थालीपीठं, ढबू मिरच्यांची भाजी, मसालेदार खिचडी आणलेली असायची. सावलीला बसून जेवणं व्हायची. ते सगळे पत्ते खेळत बसायचे. मी फुलपाखरं धरत हिंडायचो.

एवढी मोठी माणसं काच्या घालून, झाडावर चढायची खटपट करताना बघून मला नवल वाटायचं. हे सगळे खिदळायचे, टिंगल करायचे. अशा वेळी मला दादा अगदी वेगळे वाटायचे. मोठ्या माणसांनाही मित्र असतात आणि ते कानात वारं शिरल्यासारखे खिदळतात, धावतात, उड्या मारतात हे मला अगदी नवीन होतं.

आमच्या घरापासून बरंच चालून गेल्यावर आडवा ओढा होता. ओढ्यावर पूल होता. त्या पुलाच्या पलीकडे दवाखान्याची लहानशी टुमदार इमारत होती. या दवाखान्याची एक खोल विहीर होती. तिचं पाणी छान होतं. शेवाळ्याचा, माशांचा आणि बेडकांचा वास मारणाऱ्या ओढ्याच्या पाण्यापेक्षा विहिरीचं हे पाणी दादांना आवडायचं. कचेरीतून आले की अंघोळ करून ते तांब्याची एक घागर या विहिरीला जाऊन घेऊन यायचे.

एवढं लांबचं पाणी आणायला त्यांना बराच वेळ लागायचा. बरेच कष्ट पडायचे. तोंडानं वरचेवर वारा सोडत, दम लागल्यावर क्षणभर उभं राहत ते पाणी आणत.

मी त्यांना चकित करायचं ठरवलं. लवकर शाळा सुटल्यावर घरी गेलो. घागर घेतली. ती खांद्यावर रुतू नये म्हणून माझी जाड निळ्या कापडाची चड्डी म्हणजे हाफ पँट खांद्यावर टाकली आणि थेट विहिरीवर गेलो.

दवाखाना बंद होता आणि पाणी आणायला इतक्या उशिरा उन्हाचं कोणी आलं नव्हतं.

रहाटाच्या दोराला घागर लावून मी भर्रकन आत सोडली. ती पाण्यात आपटल्याचा आवाज आला. दोराला हिसके देऊन ती नीट बुडवावी म्हणून मी वाजवीपेक्षा थोडा जास्ती असा ओणवा झालो आणि विहिरीत वाकून घागर नाचवू लागलो. त्यासरशी फांद्यावरची ती मौल्यवान पँट घसरली आणि दोन्ही पाय फाकून थेट खोल पाण्यात जाऊन, वाळलं पान पडावं तशी पाण्यावर पडली. तरंगत राहिली.

चड्डी जाणं हे लवकर भरून न येणारं नुकसान होतं. विहिरीला अर्थातच पायऱ्या नव्हत्या.

मी फार गोंधळलो. चड्डी वाचवण्यासाठी तात्काळ काहीतरी केलंच पाहिजे. एकदा का ही बुडून तळाशी गेली की मग तिला वर काढणं कठीण आहे, हे मला माहीत होतं. मी घाबरा झालो.

इकडं तिकडं बघितलं. कोणी आसपास नव्हतं.

झाडं वेंघणं, पाण्यात तरणं या गोष्टी एखाद्या माकडाच्या आणि माशाच्या पिलाला जशा तात्काळ येतात तशा मला फारसे सायास न करता येऊ लागल्या होत्या. पाण्याचं भय नव्हतंच.

पाण्यानं, राडीनं बुळबुळीत झालेला रहाटाचा दोर दोन्ही हातांत धरला आणि लटकलो. हळूहळू आत जाईन असा विचार होता; पण तो सुळसुळीत दोर आणि माझं वजन यामुळे मल्लखांबावरून मल्ल घसरावा तसा सर्रकन घसरलो ते थेट तीस फूट खोल पाण्यात जाऊन थडकलो. आधी ती चड्डी लांब हात करून ओढून घेतली.

– आणि मग लक्षात आलं : बाप रे! आता वर कसं जायचं?

दोरावरनं चढून जाण्याची खटपट करून पाहिली.

मुळीच जमलं नाही. हे असलं काम घोरपडवाल्या तानाजीनंच करावं. मला ते मुळीच जमण्यासारखं नाही.

ओरडून, हाका मारून तरी कोण येणार? आसपास होतं कोण?

विहिरीत तरी किती वेळ काढणार?

किंकर्तव्यमूढ झालो!

दोर सोडला आणि थोडा पोहून विहिरीचा अरुंद सप होता, त्यावर चढून बेटकुळीसारखा बसलो.

'आचारा का बिचारा झालो!'

नाना परीनं विचार केला. चढून जायचा पुन्हापुन्हा प्रयत्न केला.

हताश झालो!

'आता मला या गर्तेतून कोण काढेल?'

'कुठून मला बुद्धी झाली आणि रुतू नये म्हणून मी नेमकी माझी चड्डीच खांद्यावर टाकली?'

'कुठून मला बुद्धी झाली आणि वर कसं निघायचं याचा विचार आधी न करता मी या खोल पाण्यात आलो?'

स्वत:ला बोल लावीत असा मी विहिरीत बसून होतो.

एक एक मिनिट तासाएवढं मोठं वाटत होतं.

मला आई आठवत होती. ती असती तर आत्ता धावत आली असती. मला आत पाहताच तिनंही उडी घेतली असती आणि मला घेऊन घोरपडीसारखी ती ही

दगडी भिंत चढून वर आली असती.

इकडे बिचारे दादा दमूनभागून कचेरीतून आले. पाहतात तर दाराला नुसती कडी. दार उघडून आत पाहिलं तर घागर नाही. तत्काळ त्यांना शंका आली की हे पोर पाणी आणायला गेलं.

शेजाऱ्याकडं चौकशी केली तर त्यांनी सांगितलं, ''हो, पाहिला. खांद्यावर घागर घेऊन गेला. चांगला अर्धा तास झाला!''

भराभर दादा विहिरीपाशी आले तर रहाट सुटलेला. सगळा दोर उलगडून आत लोंबतो आहे.

त्यांना धसका बसला. त्यांनी माझ्या नावानं मोठमोठ्यांदा हाका मारलेल्या मला ऐकू आल्या.

मी विहिरीच्या आतूनच ओरडलो, ''ओ दादा, मी आत आहे विहिरीत!''

मग आभाळातून देवदर्शन व्हावं तसं विहिरीच्या काठावरून आत डोकविणारे दादा मला विहिरीच्या तळातून दिसले!

''घाबरू नकोस.''

''नाही.''

''लागलं का तुला कुठं? पडलास कसा?''

''पडलो नाही, उतरलो. चड्डी पडली.''

''बरं, बरं.''

''दादा, मला वर काढा.''

''हो, हो.''

त्यांनाही विचार करावा लागला असणार. म्हणाले, ''दोराला गच्च धर दोन्ही हातांनी आणि घागरीवर बैस. मी तुला शेंदून घेतो.''

मी बसलो. दोर तुटणार नाही ना या भीतीनं वरचेवर थांबून आत डोकावत दादांनी रहाट जिवाच्या बळानं हळूहळू ओढला आणि मला वर घेतलं.

पुढे असा गर्तेत पडण्याचा उद्योग मी आयुष्यात काही वेळा केला, पण दादा मरून गेले होते. आई सतत दूर होती. मला कोणीही शेंदून वर घेतलं नाही.

आम्हा बापलेकांचं असं चाललेलं होतं. आईची, थोरल्या भावाची, काकाकडे राहिलेल्या बारीकरावाची खुशाली केव्हा तरी पत्रानं, केव्हा तरी दुसऱ्याच्या तोंडून कळत होती.

मी मित्रांबरोबर हुंदडत होतो. दादांच्या कचेरीत जाऊन डिंक, ब्राऊन कागद,

राणी निब असल्या अपूर्वाईच्या वस्तू आणत होतो. त्यांच्याबरोबर ट्रिपला जात होतो. एकत्र जेवत होतो. रात्री एका अंथरुणावर झोपत होतो.

कधीतरी दादा विचारत, "आईची आठवण येते का?"

"हो, फार येते."

"का रे?"

का, ते मला सांगता यायचं नाही. मी आपला गप्पच राहत असे.

"आणखी कुणाची येते?"

"नागूची?"

"करमत नाही ना तुला?"

"करमतं, पण कधी येणार आई?"

"अजून पुष्कळ दिवस आहेत. आईला बाळ होईल. मग आपल्याला पत्र येईल. मग बाळ थोडंसं मोठ्ठं होईल. मग आपण जाऊ आणि दोघांना घेऊन येऊ!"

"म्हणजे आणखी किती महिन्यांनी?"

"पाच."

पाच महिने! म्हणजे कितीतरी काळ. इतके दिवस आपण एकटं कसं राहायचं?

दादा माझ्या अंगावर पांघरूण घालायचे आणि हळू आवाजात व्यंकटेशस्तोत्र म्हणत राहायचे. हे स्तोत्र ते अगदी मनापासून म्हणायचे.

जणू काही तो कोणी व्यंकटेश होता, तो डोळे मिटून ऐकतो आहे आणि हे म्हणताहेत.

ऐकून ऐकून मला सुद्धा काही ओळी पाठ झाल्या होत्या....

'...लक्ष्मी तुझ्या पायांतळी। आम्हा भिक्षेसी घालोनी झोळी।
येणे तुझी ब्रीदावळी। कैशी राहील गोविंदा?।।

कुबेर तुझा भांडारी। आम्हा फिरविसी दारोदारी।
यांत पुरुषार्थ मुरारी। काय तुजला पैं आला।।

द्रौपदीसी वस्त्रे। अनंता देत होतासी भाग्यवंता।
आम्हांलागी कृपणता। कोठोनी आणिली गोविंदा?।।

अन्नासाठी दाही दिशा। आम्हां फिरविसी जगदीशा।
कृपाळूवा परमपुरुषा। करुणा कैशी तुज न ये?।।

दादांचं हे स्तोत्र म्हणून संपेपर्यंत जागं राहणं शक्यच नसे.

आता प्रार्थना ऐके, कमळापती, तुझे नामी राहो माझी मती।
हेचि मागतो पुढतपुढती। परंज्योती व्यंकटेशा....।।

याच्यापुढची 'अनंत नामे' ऐकण्याला मी जागा नसे....

असे दिवस चालले होते. आमच्या ड्रॉईंग मास्तरांनी ड्रॉईंगच्या पहिल्या परीक्षेसाठी दहा विद्यार्थी निवडले होते. त्यात माझीही निवड झाली होती. शाळेतल्या अभ्यासापेक्षा मला हा अभ्यास फार आवडायचा.

शाळेच्या बागेत जाऊन चार पानं असलेली मोगऱ्याची लहान डहाळी खुडून आणायची. डाव्या हातात धरायची आणि अगदी तशीच ती कागदावर काढायची. तिला सुरेख रंग द्यायचा, पानांना पिवळट-हिरवा, पानाच्या पाठींना फिक्कट निळसर-हिरवा, देठाला तांबूस-हिरवा. बघता बघता ड्रॉईंग-बोर्डावरच्या पांढऱ्या कागदावर मोगरा तरारून यायचा. असं वाटायचं की, तो उचलून बोटात सुद्धा धरता येईल.

वर्गात आणखी पोरं होती... एक गणपत बाड होता. एक हरी कुंभार होता. एक माश्यांनी गोड रंग आपल्या सोंडेने टिपून घेतल्यावर चित्र जसं डागळतं, तसा कोडानं चेहरा डागाळलेला मारोती होता.

– आणि एक निळ्या डोळ्यांची, भुऱ्या केसांची, कानात जांभळे लोलक घालणारी आणि लाजून-लाजून लाल होणारी सुशी होती. तिला चाकूनं पेन्सिल तासायला भीती वाटायची. तेव्हा आमच्यातला वयानं सर्वांत मोठा असलेला हरी तिला टोकदार पेन्सिल तासून द्यायचा.

"ए हरी, मला देतोस पेन्सिल करून?"

अशी ती आर्जवानं फक्त हरीलाच म्हणाली की, आम्हाला हरीचा फार राग यायचा.

मास्तरांच्या घरी पडवीतच आमचा हा वर्ग चालायचा.

हे जग नाजूक रेषांचं आणि मऊ खोडरबराचं, दाट रंगांचं आणि फुगीर स्पंजाचं, मोगऱ्याच्या नाजूक डहाळ्यांचं आणि कण्हेरीच्या गुलाबी फुलांचं होतं. ओल्या कुंचल्याचं आणि रंगीत रंगीत खडूंचं होतं.

मी या जगात रंगून गेलो होतो.

ही चित्रकलेची परीक्षा देण्यासाठी आम्ही राजा जिथं राहायचा त्या राजधानीच्या गावी जाणार होतो. पुरे आठ दिवस आम्ही या राजेशाही गावात राहणार होतो.

राजवाडा आणि म्युझियम पाहणार होतो.

दाणकन एकदा दादाच वर्गात आले.

मी चकित झालो. मास्तरही चकित झाले. म्हणाले, ''या या पंत, तुम्ही बरे आज इकडे?''

दादा म्हणाले, ''परीक्षा कधी?''

''अवकाश आहे अजून. तीन महिन्यांनी परीक्षा. प्रॅक्टिसला सुरुवात होऊन आता कुठं महिना झालाय.''

''प्रगती कशी आहे आमच्या मुलाची?''

''उत्तम आहे.''

''पास होईल?''

''पास काय, तो मोठा चित्रकारसुद्धा होईल पुढे. फार चांगला हात आहे त्याचा.''

''पण त्याला परीक्षेला कसं बसता येईल? चार-दोन दिवसांत आम्ही आता जाणार. या गावातलं राहणं संपलं आता आमचं मास्तर!''

''का हो? बदली झाली का?''

''हो.''

''असं? म्हणजे तुम्ही आमचा एक उत्तम विद्यार्थी नेणार!''

''हो, दुसरा काही इलाज नाही.''

''कुठं झाली बदली?''

''लांब... साखरगडला. देवस्थानचा वहिवाटदार म्हणून.''

□

## । पाच ।

अरबी भाषेतील सुरस आणि चमत्कारिक गोष्टींत ती एक गोष्ट आहे ना, आपल्या गरीबखान्यात झोपी गेलेला एक जण सकाळी जागा झाला आणि आपण राजवाड्यात आहोत असं त्याला आढळलं आणि तो चकित झाला! साखरगडाच्या पायथ्यापाशी असलेल्या चित्रासारख्या सुंदर गावातल्या भल्यामोठ्या राजवाड्यात उभं राहिल्यावर आईही तशीच चकित झाली असली पाहिजे.

तळहातावर भाग्यरेषा असावी तशी या गावाच्या मधोमध सुंदर, बारा महिने वाहती अशी नदी होती. पात्राचा विस्तार बेताचा होता. दोन्ही काठांवर गर्द झाडी होती. नारळ, आंबा, गुलाब अशा मोठमोठ्या बागा होत्या. काळ्या पाषाणाची शांत देवळं होती. मोठमोठे घाट होते. राजघराण्यातल्या पुण्यवान पूर्वजांची वृंदावनं होती.

या नदीत जागोजागी निळेकाळे डोह होते आणि वेड्यासारख्या फुलणाऱ्या पांढऱ्या आणि तांबड्या कण्हेरीची, केवड्याची बने होती. पिवळ्या धमक फुलांनी लहडणाऱ्या बिट्टयांची झाडं होती.

अशा या सुंदर नदीकाठी एकोणिसाव्या शतकात बांधलेला भलामोठा राजवाडा होता.

वाड्याचा लाकडी दरवाजा प्रचंडच होता. तो काही विशेष प्रसंगीच उघडला

जाई. या उघड्या दरवाज्यातून घोडेस्वार खाली न उतरता घोड्यासकट आत आला असता. दिंडी दरवाजा उघडा असे. तोच एवढा होता की, त्यातून सहज जा-ये करता येई.

दरवाज्याबाहेर मोठी देवडी होती. इथं दिवसा पहारा असायचाच; पण रात्री सहा रामोशी कुऱ्हाडी घेऊन झोपलेले असायचे.

या वाड्याच्या अजस्त्रपणाचं वर्णन करताना आई फक्त नाले केवढे होते, हे सांगायची. वाड्यात जे चौक होते, त्यातल्या सर्वांत मागच्या चौकात पावसाचं पाणी बाहेर जाण्यासाठी जे दगडी बांधणीचे नाले होते, ते एवढे रुंद होते की त्यात एकदा गाय पडली होती. कुणाची तरी भटकी गाय होती. मागचा दरवाजा चुकून उघडा राहिला आणि भल्या सकाळी चरत चरत ही गाय पायऱ्या चढून वर आली. उघड्या दरवाज्यातून चौकात आली. या चौकातच मोठी पिण्याच्या पाण्याची विहीर होती. ओल्या फरशीवरनं पाय घसरला की काय झालं हे कळलं नाही; पण ही गाय नाल्यात पडली आणि बाहेर येण्यासाठी धडपडायला लागली. पाच-पंचवीस गडी माणसांनी तिला गटारातून दोरानं ओढून वर काढली.

हा राजवाडा चारमजली होता आणि मोठमोठे चौक, लांबलचक कडीपाट, सोपे, अंधारी दालनं, भिंतीच्या जाडीतून वर जाणारे गूढ जिने, तळघरं, अंबारे, दिवाणखाने, कोठीच्या खोल्या, जामदारखाना, मुदपाकखाना असे अनेक पदर याच्या खानदानी भव्यतेला होते.

वरच्या मजल्यावरच्या दिवाणखान्यातून जाड तांबडी जाजमं पसरलेली असत. पांढऱ्याशुभ्र गाद्या, लोड, तकिये अशा बैठकी असत. मध्यभागी नक्षीदार गालिचे असत. या दिवाणखान्याच्या खिडक्यांना दाट निळ्या-जांभळ्या आणि तांबड्या-हिरव्या रंगांच्या काचा लावलेल्या होत्या. लाकडी छताला हुंड्या-झुंबरं टांगलेली होती आणि उंच भिंतींना मोठमोठी तैलचित्रं टांगलेली होती. या तैलचित्रांतल्या पुरुषांच्या डोक्यांवर भलीमोठी पागोटी होती. त्यावर मोत्यांचे तुरे होते. त्यांच्या भव्य कपाळावर उभं गंध होतं, ओठांवर जाड अशा काळ्या-पांढऱ्या मिशा होत्या. यांच्या गळ्यातून बोराएवढ्या मोत्यांच्या माळा होत्या. मनगटांवर रत्नखचित पोच्या होत्या. अंगात जरीकाम केलेले किनखापी अंगरखे होते. जरीकाठी उपरणी ह्यांनी लफ्फेदारपणे गळ्यांभोवती घेतली होती आणि यांचे अंगठ्यांनी भरलेले हात, मखमली म्यानात ठेवलेल्या तलवारींच्या सोनेरी मुठींवर होते.

साखरगड देवस्थानचे वहिवाटदार म्हणून माझ्या वडलांनी या वाड्यात राहावे आणि वाड्याची देखभाल पाहावी असा हुकूम होता.

भल्यामोठ्या वाड्यावर चार-सहा चिमण्याच फक्त राहाव्यात तसे आम्ही या वाड्यात राहत होतो.

वेगवेगळ्या कामांसाठी वाड्यात बारा-पंधरा नोकर होते, चाकर होते.

खालच्या मजल्यावर प्रत्येक दालनात एक असे वीसेक कंदीलच संध्याकाळी लागत.

आम्ही पोरं आत उतरून बसू शकू, एवढी प्रचंड पातेली, हंडे, कढया, पराती बघूनच माझ्या आईचे दोन्ही हात छातीवर जात आणि तोंडातून शब्द निघत, ''अगो बाई!''

साखरगडनिवासिनी देवीचं नवरात्र येई, तेव्हा नऊ दिवस उत्सव चाले आणि वाड्यात रोज दोनदोनशे लोकांच्या पंगती उठत.

वाड्याच्या शेजारी असलेल्या रामाच्या भव्य देवळात रोज एका प्रख्यात कीर्तनकाराचं सुश्राव्य कीर्तन होई. गावातले झाडून सारे प्रतिष्ठित लोक कीर्तनाला गर्दी करीत. देवळात गाद्या, लोड, तकिये यांच्या बैठकी घातलेल्या असत. फुलांच्या माळा, धूप आणि अत्तर यांच्या गंधानं देवळांचा अनेकखांबी सभामंडप कोंदून जात असे. तंबोरे झंकारत, पखवाज घुमे, मंजिऱ्या किणकिणत. रसगंगा दुथडी भरून वाही. पूर्वरंग झाला की हारतुरे, गोटे, अत्तर-गुलाबपाणी होई. उत्तररंग होईपर्यंत रात्रीचा एक वाजे. आरती होई, खिरापत वाटली जाई आणि लोक घरोघरी जात.

एरवी प्रत्येक मंगळवारी देवीला पंचपक्वान्नांचा नैवेद्य होई. जरीकाठी रुमाल बांधून, जरीकाठी उपरणं अंगावर घेऊन माझ्या वडलांना; आणि शोभेल असा थाटमाट करून आईला जावं लागे. त्यांचा तिथे मोठा मान असे.

नवरात्र उत्सवात आणि एरवी विशेष प्रसंगी देवीचे एकशे आठ मानकरी गडावर जमत. गड आणि गडावरचं देवालय माणसांनी फुलून जाई.

लव्याजम्यानिशी देवीची पालखी-छबिना गावातून निघे आणि गडावर जाई. मोरचेले, अबदागिरी, चवऱ्या ढाळल्या जात. सनई-चौघडा वाजत राही. याही मिरवणुकीत आई-दादांना जावं लागे.

आईच्या दिमतीला सखूबाई नावाची एक अनुभवी कुणबीण नित्य असे. कुठे काय रीतभात पाळायची, वहिवाट काय आहे, हे आदब राखून ती आईला हलक्या आवाजात सांगत राही.

दादांच्या दिमतीला लखोबा नावाचा एक इमानी पट्टेवाला होता. याच्या डोईला पिळापिळांचं तांबडं पागोटं असे आणि छातीवर तांबडा आडवा पट्टा असे. या पट्ट्यातल्या चौकोनी पितळी बिल्ल्यावर 'श्री आई जगदंबा साखरगडनिवासिनी, क्षेत्र साखरगड' असा शिक्का असे.

चैत्र महिन्यात गडाच्या पायथ्याशी मोठी यात्रा भरे.

पालख्या निघत. छबिना असे. कुस्त्यांची मैदानं होत. जनावरांची खरेदी-विक्री होई. सर्कशी आणि तंबूतले सिनेमे येत. मणेऱ्यांची, हलवायांची दुकानं हारीनं लागलेली असत. जत्रा पाच दिवस चाले.

हे संस्थान होतं. जगदंबा ही राजघराण्याची कुलदेवता होती. इथल्या प्रत्येक सकाळला फुलांचा, तुळशीचा, धूपाचा गंध होता. सनई-चौघड्यांचा, घंटांचा, शिंग-तुताऱ्यांचा, झाजांचा नाद होता. इथल्या दुपारींना नैवेद्याची रुची आणि केशराचा घमघमाट होता. इथल्या संध्याकाळला स्तोत्रांचा, आरतीचा स्वर होता आणि रात्रींना गाण्या-बजावण्याचा, नाचरंगाचा आनंद होता.

आईच्या तोंडावर तेज आलं. वागण्यात विशेष आब आला. ती चांगली उजळ आणि किंचित स्थूल दिसायला लागली आणि ती आमच्याजवळ दादांचा उल्लेख करताना 'हे तुकारामबोवा' असा करेनाशी झाली. तुकारामबोवा या शब्दाची जागा आता 'स्वारी' या आदरार्थी शब्दानं घेतली.

आईचा कडक स्वभाव आणि फाडफाड बोलणं यामुळे दादांनी तिचं टोपणनाव 'फौजदार' ठेवलं होतं. आमच्यापाशी तिचा उल्लेख तर ते 'फौजदार' म्हणून करतच; पण तिच्या तोंडावर देखील करत. आता त्याऐवजी ते आईचा उल्लेख 'वहिवाटदारीणबाई' असा करू लागले.

पोलिस-खात्यात असलेल्या आपल्या लहान दिराचं लग्न फार लांबलं, ते आपल्या हातून व्हावं, वडील भाऊ म्हणून दादांचं ते एक कर्तव्य आहे, असं आईला फार वाटायचं. वारंवार ती हे बोलणं दादांपाशी काढायची. पण आधीच त्रिविध तापांनी गांजलेले दादा तिचं बोलणं कानांआड टाकायचे.

ते म्हणायचे, "तुला वाटतंय, पण आहे या परिस्थितीत लग्नकार्य करणं ही तोंडची गोष्ट नाही. एकटा सुखानं दोन वेळा जेवतोय, तो बरा आहे. आपण आधीच कर्जपाण्यात इतकं रुतलोय... त्याचं लग्न काढलं, तर या गाळातनं कधीच वर यायचो नाही."

आता अगदी आई आत्मविश्वासानं काकासाठी मुली बघू लागली.

दादांनी सावधपणे म्हणून पाहिलं, "अहो, हे वैभव चार दिवसांचं आहे आणि ते सुद्धा जगदंबेचं आहे. आपलं नव्हे."

तर ही म्हणाली, "तिच्याच कृपेनं सगळं निर्विघ्नपणे पार पाडेल. माणूसबळ आहे, जागा आहे, भांडीकुंडी आहेत. बाकी तुमचं काही नको आम्हाला. केवळ तुमचा भाऊ म्हणून एखाद्या मुलीचा बाप दोन्हीकडचं लग्न करून देईल आणि वर वरदक्षिणा सुद्धा तुमच्या पुढे ताट भरून ठेवेल. बघा तुम्ही!"

आईनं भाकीत केलं होतं, तसंच घडलं. काकांचं लग्न डामडौलात पार पडलं. आईला जाऊ आली. लहानधाकटेपणी वडील मरून गेल्यामुळे, आई ती तशी भ्रमिष्ट असल्यामुळेच या पोराचं व्हावं तसं झालेलं नव्हतं. त्याच्या दोन हातांचे चार हात झाले, याचं आईला समाधान वाटलं आणि आपल्या हातून पहिलं लग्नकार्य घडलं, ते उत्तम तऱ्हेनं पार पडलं, याचा तिला अभिमानही वाटला. काकांच्या लग्नाच्या निमित्तानं, कुठं कुग्रामात दिलेली माझी मोठी बहीण, राजधानीच्या गावी बोर्डिंगात राहून शिक्षण घेणारे माझे दोन्ही मोठे भाऊ, मोठे चुलते, काका-काकू अशी कुटुंबातली माणसं जमली आणि सर्वांना आनंद झाला. नात्यातली म्हातारी माणसं म्हणाली, ''आनंद झाला बघून. तुमचं सगळं 'होऊन आलं' आता मोठ्या मुलांची शिक्षणं पार पाडा. ती एकवार कर्ती झाली म्हणजे तुमचे पांग फिटतील.''

आई म्हणाली, ''हो, थोरला आता हाताशी येईलच. त्याची मॅट्रिकची परीक्षा झालीये. पास होऊन तो आता मिळवायला लागेल. मग यांच्यावरचा भार पुष्कळ कमी होईल.''

लग्नघर रिकामं झालं. पाहुणेरावळे निघून गेले.


देवस्थानचा एवढा मोठा खटला चालवायचा, वेळच्या वेळी पूजाअर्चा, विशेष दिवस साजरे करायचे याचं नाही म्हटलं तरी एक मोठं दडपण माझ्या वडलांच्या मनावर असायचं.

त्यांना सर्वांत चिंता वाटायची, ती जामदारखान्यातल्या देवीच्या दागदागिन्यांची. जुनेपुराणे आणि फार मूल्यवान असे हे रत्नामाणकांचे, सोन्या-मोत्यांचे दागिने होते. चांदीच्या ताटवाट्या, भांडी, तबकं, पूजेची नाना उपकरणं, रेशमी वस्त्रं – असलं केवढं तरी भांडार जामदारखान्यात होतं. तिजोऱ्यांतून, जागच्या हलविता येऊ नयेत अशा प्रचंड मोठ्या लाकडी पेट्यांतून हे सामान बंदोबस्तानं ठेवलेलं होतं. पेट्यांना मोठमोठी कुलुपं होती. या जमादारखान्यात बसून वडील जेव्हा काही काम करीत असत, तेव्हा लोखंडी गज लावलेलं जामदारखान्याचं बाहेरचं दार बंद असे, आतलं दार तेवढं उघडं असे आणि बाहेर हत्यारबंद शिपाई उभा असे.

या खोलीत आई कधी गेल्याचं मी पाहिलं नाही. मी गजाला धरून बाहेरूनच वडलांना काही सांगत असे किंवा हळूच आत काय आहे हे बघत असे. जामदारखान्याच्या जवळपास जाण्याची सर्वांनाच भीती वाटे. इथं झाडलोट करण्यासाठी एकच ठरावीक बाई होती. दादांनी हाक मारली म्हणजे फक्त लखोबा आतपर्यंत जाऊ शकत असे.

एकदा दादा फार वेळ या जामदारखान्यात बसून हे शोध, ते उचकट असं करीत होते. सदऱ्याच्या बाहीनं वरचेवर कपाळावरचा घाम पुसत होते. त्यांच्या डोळ्यांवर चश्मा होता आणि फार व्यग्र होऊन ते काहीतरी शोधत होते.

दुपारचा दीड वाजला. दरम्यान आईनं दोन वेळा मला बाहेर बैठकीच्या दालनात एका कोपऱ्यात असलेल्या या जामदारखान्याकडे पिटाळून सांगितलं होतं.

"त्यांना म्हणावं, अन्न निवून काला झालं. जेवायला उठा.''

मी निरोप सांगितल्यावर दादा केवळ 'बरं... बरं', एवढंच बोलले.

अर्ध्या तासानं आई पुन्हा मला म्हणाली, "जेवणाची सुद्धा शुद्ध नसते त्या जामदारखान्यापुढे! म्हणावं, दोन घास खाऊन घ्या आणि सावकाश संध्याकाळपर्यंत पेट्या झाकत, उघडत बसा.''

हे काहीही न सांगता मी फक्त म्हणालो, "दादा, जेवायला येता का? दीड वाजला.''

दादा माझ्याकडे न बघता म्हणाले, "आलो, आलो.''

– आणि त्यांनी सुस्कारा सोडला. डोळ्यांवरचा चश्मा काढून पुसला. लखोबाला न बोलविता त्यांनी स्वतःच सगळा पसारा आवरला. कसल्या कसल्या मखमली पिशव्या, लहान डब्या, कागदी पुड्या, लहान लाकडी पेट्या असा हा पसारा होता. स्वतः उठून त्यांनी आतलं दार लावून घेतलं. कुलूप घातलं, पुन्हापुन्हा ओढून पाहिलं. मग बाहेरचा लोखंडी गजवाला दरवाजा लावला. मोठं पितळी कुलूप घातलं. कुलपाला सील लावलं आणि मग ते जेवायला आले.

जेवताना त्यांचा चेहरा गंभीर होता. विचारात बुडून गेले होते.

आईनं ओळखलं की लक्षण काही ठीक नाही.

मग हळूच तिनं विचारलं, "कोणी अंमलदार येणार आहेत का वरचे?''

"नाही.''

"फार वेळ बसला होता काम बघत म्हणून विचारलं.''

"हं.''

दादांना बोलतं करणं, हे आव्हान स्वीकारायला आईला नेहमीच फार जोर येई. हे बोलत नाहीत, त्या अर्थी काही विचारात आहेत, आपण आपलं गप्प राहावं, थोडा वेळ जाऊ द्यावा, हे काही तिच्या डोक्यात येत नसे.

"हिशेबातला काही घोटाळा आहे का?''

"हं.''

एवढं कळल्यावर तरी गप्प राहावं की नाही? हिचे प्रश्न चालूच.

"काय आहे?''

दादा गप्पच!

तेवढ्यात हिनं उठून पानात ही एवढी भाजी वाढली.

दादा ओरडले, "विचारून तरी वाढत जा. मला नको होती भाजी."

तर ही शांतपणे म्हणाली, "राहू द्या पानात. मी खाईन."

ताकभाताचे शेवटचे चार घास भराभर खाऊन दादा उठले आणि आचवून झाल्यावर थेट बाहेरच्या दालनात त्यांच्या नेहमीच्या बैठकीवर जाऊन बसले.

आई मोठमोठ्यांदा बोलत राहिली, "काही सांगायचं नाही, बोलायचं नाही. चेहरा लांब करून घरात वावरायचं. आम्ही समजायचं काय? चिंता-काळज्या असतातच माणसाला, पण त्या एकट्यानंच कशाला वाहायच्या? घरातली माणसं काय परकी आहेत? त्यांना सांगावं जिवाचं जडभारी. तेवढंच मन हलकं होतं. तुमच्या मनावरचा धोंडा उतरावा म्हणून आम्ही विचारतो, तर तुम्हाला वाटतं यांना रिकाम्या चौकशा पाहिजेत कशाला?"

दोन, तीन, चार दिवस दादा असे गप्प गप्प होते. चिडत होते. सारखे जामदारखान्यात जाऊन बसत होते. सुस्कारे सोडत होते. रात्री नीट झोपत नव्हते.

शेवटी आई काकुळती येऊन म्हणाली, "अहो, मी तुमचे पाय धरते. काय झालंय ते मला सांगा."

भयंकर चीड, संताप आल्यावर दादांच्या आवाजावर उलटा परिणाम होई. त्यांचा आवाज चढत नसे. तो अगदी खालच्या पट्टीतला होई. स्पष्ट, सावकाश असं ते बोलत.

"तुम्हाला सांगायला माझी काही हरकत नाही. पण ही गोष्ट स्वत:पाशीच ठेवणं तुमच्याच्यानं होणार नाही. तुम्ही कुणापाशीही बोलाल. तत्काळ बातमी सर्व नोकरांत होईल. पार देवडीवरच्या राखणदार रामोश्यापर्यंत जाईल आणि माझ्या हातापायांत बेड्या पडतील!"

"अग्गबाई! एवढं का काही झालंय जामदारखान्यात?"

"हो."

"काय?"

दादा गप्प.

"मी जगदंबेची शपथ घेऊन सांगते, कुण्णापाशी चकार शब्द बोलायची नाही. काय झालंय ते मला सांगा."

"किमती वस्तू नाहीशी झाली आहे."

"कोणती?"

"देवीच्या गळ्यातल्या हारात जडवलेलं पन्ना रत्न."

"अग्गबाई!"

''हार मोठ्या मोत्यांचा आहे. त्याच्या छातीवरच्या पदकात हा पन्ना माणकांच्या मधे बसवलेला होता. तो सुटला होता म्हणून मी वेगळ्या पुडीत बांधून हाराच्याच पेटीत ठेवला होता. तो नाही....''

''फार किमती असणार.''

''सगळं लिहिलेलं असतं दप्तरात. हार पाऊण लाख किमतीचा आहे.''

या अचानक कोसळलेल्या संकटामुळे आई-दादांची झोप उडाली. दोघांच्या काळजानं ठाव सोडला. आजवर अनेक गोष्टींना तोंड दिलं होतं; पण अफरातफरीच्या आरोपाबद्दल हातात बेड्याच पडतील असा प्रसंग आपल्यावर कधी काळी येईल असं चुकून स्वप्नात सुद्धा नव्हतं.

आईचं तोंड चिमणीएवढं झालं. वरचेवर तिचे डोळे भरून येऊ लागले. वरचेवर ती म्हणू लागली, ''माझं चांगलं झालेलं बघवलं नाही दैवाला! दृष्ट लागली माझ्या संसाराला.''

तिनं कडकडीत उपवास धरले. देवीला नवस बोलली. दादांना मात्र ती धीर द्यायची. ते संध्याकाळी जेवणाच्या पानावर बसले म्हणजे मऊ शब्दांत म्हणायची, ''अहो, काळजी करू नका. आजवर नाही का कशाकशातून तरलो! कसला तो प्लेग, त्यातून बाहेर पडलो. तसं यातूनही पडू. सगळा भार जगदंबेवर टाका.''

दादा मान हलवून म्हणायचे, ''हे संकट प्लेगपेक्षा भयंकर आहे, अब्रूशी गाठ आहे. मुलाबाळांनी काय सांगायचं लोकांना, माझे वडील अफरीतफरीबद्दल तुरुंगात गेले म्हणून?''

दादांची ही विलक्षण अस्वस्थ मन:स्थिती लखोबाच्या नजरेतून सुटली नाही. हा फार प्रामाणिक, फार सज्जन आणि फार शहाणा असा जुना पट्टेवाला होता.

तो हात जोडून दादांना म्हणाला, ''मी विचारू नये पण बघतोय सगळं. कसलातरी मोठा घोर आहे आपल्याला!''

''खरं आहे लखोबा. काय करावं? जामदारखान्यातनं एक किमती जिन्नस गेलाय.''

लखोबाही सुन्न होऊन गप्प उभा राहिला. कधीकाळी जामदारखान्यात प्रवेश करणारा तोच होता.

''काय जिन्नस होता बरं? कधी होता, कधी नव्हतासा झाला?''

त्याला विश्वासात घेऊन वडलांनी सगळं सांगितलं. म्हणाले, ''मी आता ठरवलं आहे. अमुक-अमुक जिन्नस जामदारखान्यातून नाहीसा झालाय असा रिपोर्ट होमसाहेबांकडे पाठवून देतो. त्यांच्या पद्धतीनं चौकशी होईल. पण लागला तर

तपास लागेलही, कुणी सांगावं! मी गप्प राहिलो इतके दिवस, ते फौजदारी चौकशी वाईट म्हणून. मला फार भोगावं तर लागेलच, पण आपल्या चाकरमाणसांनाही मारहाण होईल. गावात चौक्या-पहारे बसतील.''

''नका, नका. आपण नीट तपास करू. एवढे दिवस आपण सोसलं तसं आणखी चार दिवस जाऊ द्या.''

माझे वडील सोसत तर होतेच. आता विचार केला तर सोशिकपणाची केवढी विलक्षण शक्ती त्यांच्यापाशी होती हे कळतं. एरवी एखाद्या माणसानं हादरून आत्महत्या केली असती.

लखोबानं दोन दिवस वेळ घेतला. विचार केला आणि वडलांना विचारलं, ''केवढी पुडी होती ती?''

''लहान होती. वैद्य औषधाची पुडी देतात, तेवढी.''

''तुम्ही सगळीकडे नीट बघितलं का? पुन्हा आपण बघू या.''

''मी पुन्हापुन्हा सगळं काढून पाहिलं. जामदारखान्याच्या खोलीतला कोपरान्कोपरा तपासला.''

''बरं, आता मी बाहेर तपास करतो.''

''करा.''

वेळ आली म्हणजे संकटं दाहीदिशांनी येऊन कोसळतात. नेमका याच दिवसांत माझ्या मोठ्या भावाचा मॅट्रिक परीक्षेचा निकाल जाहीर झाला आणि तो नापास झाला.

वडील फार काही बोलले नाहीत. म्हणाले, ''प्राक्तन आपलं!''

आई गप्प राहिली नाही. जेवणाच्या पानावर बसल्यावरच मुलं बोलण्यापुरती सापडतात, हे तिला माहीत होतं.

तिनं फार आशा ठेवली होती. हा मुलगा आता मोठा झाला, तो पास होईल, नोकरी करेल, धाकट्या भावंडांची शिक्षणं करेल अशी स्वप्न तिनं रंगवली होती. ती सगळी उद्ध्वस्त झाल्यामुळे ती संतापली आणि माझ्या भावाला फार टाकून बोलली. म्हणाली, ''तुम्हाला अगदी रे परिस्थितीची जाणीव नाही! गरिबीला मुलं चांगली लागतात. दोन वेळा हादडतोस आणि जेव्हा तेव्हा गोष्टीची पुस्तकं नाकाला लावून बसतोस. तुझ्या मनाला लाज कशी वाटत नाही? तुमच्या शिक्षणासाठी हाडाची काडं केली आम्ही आणि तू नापास झालास? का झालास? आणि अपेशी तोंड दाखवायला का आलास मला? तिकडंच राहिला असतास, माधुकरी मागून जेवला असतास, रस्त्यावरच्या दिव्याखाली बसून अभ्यास केला असतास आणि पुढच्या वर्षी पास होऊन माझ्यासमोर आला असतास, तर तुझा अभिमान वाटला

असता मला. आज मला तुझी लाज वाटते बघ!''

बोलता बोलता आईचा गळा आणि डोळे भरून आले.

माझ्या भावानं ते सगळं बोलणं गिळलं आणि नेहमी जायचा, तसा तो मित्राकडे जाण्यासाठी बाहेर पडला.

तो गेला, तो गेलाच. त्यानं घर सोडलं आणि हे गावही सोडलं. त्याचं काय झालं हे आम्हा कुणालाच कळलं नाही.

अनुभवी लखोबानं फार पद्धतशीरपणे धागेदोरे जुळवले. वडलांची आठवण अशी होती की, मधे एकदा त्यांनी देवीचे सगळे दागिने काढून पाहिले होते. पुन्हा नीट जागच्या जागी ठेवले होते. त्या वेळी त्यांनी ती पुडी सोडून पाहिली होती. ती पुन्हा तिथं ठेवली, का नाही हे मात्र त्यांना आठवत नव्हतं. लखोबानं हा दिवस शोधून काढला. तारीख, वार निश्चित केली आणि मग जामदारखाना झाडणाऱ्या बाईला विचारलं, ''तू त्याच्या दुसऱ्या दिवशी झाडलंस का?''

''नाही. झाडायच्या दिवशी प्रत्यक्ष साहेब कुलूप काढून दाराबाहेर उभे राहतात. मी झाडते, केर पाटीत भरून बाहेर नेते. साहेब कुलूप लावतात आणि मी केर टाकायला आते.''

''कुठं केर टाकतेस? रोज एकाच जागी, का वेगवेगळ्या जागी? कधी मागल्या दरवाज्यानं बाहेर जाऊन, कधी पुढल्या दरवाज्यानं बाहेर जाऊन?''

''नाही, नाही. मी पुढचे सोपे झाडले की केर भरून बाहेर नदीकडे टाकते.''

''दाखव मला कुठे ते.''

दरवाज्याच्या उजव्या बाजूला थोडं चालून गेलं की नदीचा उभा किनारा होता. खूप खोल असा उतार होता. झाडंझुडपं होती. या उतारावर घरंगळलेला असा केराचा केवढातरी ढीग होता. पण नवा केर, जुना केर कळत होता.

बाईनं केर कुठं टाकला, ती नेमकी जागा दाखवली. लखोबानं छातीवर हातांची घडी घालून त्या जागेकडे चौकसपणे बघितलं. मनात विचार केला की, या जागी चांगला खळंभर केर बारीक नजरेनं आणि हलक्या हातानं चाळून बघावा. लागतील दोन-चार दिवस, लागेनात का!

रोज सूर्य डोक्यावर आला की लखोबा कोणाला न सांगता एकटाच केराच्या ढिगात जाऊन बसत होता आणि बायका सुपात घेऊन धान्य निवडतात, तसा एका पांढऱ्या पत्र्याच्या तुकड्यावर दोन ओंजळी केर घेऊन तपासत होता.

बरोबर तिसऱ्या दिवशी त्याला गुलाबी झिरमिळ्या कागदाची पुडी मिळाली. थरथरत्या हातानं ती त्यानं उचलली. चाचपून पाहिली.

आत खडा होता.

धावतच तो वाड्यात आला. दादा डेस्काशी बसून काही लिहिण्याचं काम करीत होते. लखोबानं पुडी ओंजळीत ठेवली आणि वाकून दादांना दाखवत म्हटलं, ''बघा बघू आपण आपल्या डोळ्यांनी, हीच का ती पुडी?''

दादा पुडी बघून चकित झाले. त्यांचे डोळे विस्फारले. घाईनं त्यांनी पुडी घेतली. उघडली.

आत ते बहुमोल रत्न होतं!

''लखोबा अरे, हे कुठून मिळवलंस तू? केवढं काम केलंस! माझा प्राण वाचवलास.''

लखोबाला गहिवरून आलं. दोन्ही हात जोडून कपाळाला लावून तो म्हणाला, ''पंत, तुम्ही पुण्याई जोडली होती म्हणून हा भारी जिन्नस उकिरड्यावर जाऊन पडलेला पुन्हा तुमच्या हाती आला.''

''उकिरड्यावर? केरात?''

''होय. तीन दिवस केर चिवडत मी पलीकडे आहे, त्या उकिरड्यावर बसत होतो.''

''दाखव मला.''

लखोबानं ती जागा दाखवली.

दादा म्हणाले, ''एखादा हलकासा पाऊस झाला असता, तरी हा केर वाहून गेला असता.''


आईनं पुरणा-वरणाचा स्वयंपाक करून लखोबाला, त्याच्या बायकोला, धाकट्या दोन मुलांना जेवायला बोलावलं. आग्रह करून करून त्यांना जेवू घातलं आणि माझ्या हातून लखोबाला एक फेटा, धोतराचं पान आणि अंगरख्याचं कापड दिलं. त्याच्या बायकोची ओटी स्वत: भरली. तिला चोळी-लुगडं दिलं. पोरांच्या हातांवर दोन-दोन रुपये ठेवले.

वहिवाटदारीणबाईंनी केलेला हा सत्कार घेता घेता लखोबा आणि त्याची बायको लाजून गेली. ते दोघं वडलांच्या आणि आईच्या पाया पडले.

दादा आईला म्हणाले, ''हे तू उत्तम केलंस. मी आपले कडोसरीचे काढून अकरा रुपये त्याला देणार होतो. सगळ्यांना जेवायला बोलवावं हे काही मला सुचलं नसतं.''


आठवड्यामागून आठवडे गेले. माझ्या थोरल्या भावाकडून काही पत्र आलं नाही. आई आल्यागेल्याला म्हणू लागली, ''अहो, माझा थोरला मुलगा भेटला कुठं,

तर त्याला म्हणावं आई वाट बघतीय तुझी. लवकर परत ये.''

कोणी मुंबईला, पुण्याला जायला निघालं की ती हेच त्याला सांगायची.

एक ठाणे-अंमलदार होते. गावच्या पोलीस ठाण्याचे प्रमुख. त्यांना वाटखर्चासाठी पैसे देऊन तिनं कुठं कुठं पाठवलं : 'अमका त्याच्या शाळेतला मित्र होता. त्याच्याकडे बघा. अमका त्याच्याबरोबर बोर्डिंगला होता. त्याच्याकडे जा.'

दादांना सांगून तिनं नातेवाइकांना पत्रं लिहिली. इथं तिथं चौकशी केली.

चार महिने निघून गेले.

भावाचा काही पत्ता लागला नाही.

साखरगडची तीन, साडेतीन वर्षं संपली. माझी लहान बहीण तीन वर्षांची झाली.

दादांची बदली पुन्हा पहिल्या जागी झाली.

औटघटकेचे वहिवाटदार पुन्हा कारकून झाले. बिऱ्हाड-बाजलं उचलून आम्ही साखरगड सोडला.

आईच्या मनात साखरगडची आठवण सदैव राहिली.

देवीच्या नावानं ती जन्मभर मंगळवारचा उपवास करीत राहिली.

□

## । सहा ।

आठवं मूल, मधू जन्माला आला, तिथपर्यंत आपले भोग भोगून संपले असं आईला वाटत नव्हतंच. उतारवयात पुन्हा बाळोती, दुपटी शिवत बसली असताना ती मला म्हणाली, "कशाला रे इतक्या उशिरा हे पोर आता माझ्या पोटात ओझं होऊन राहिलंय? आता माझ्यानं कसं झेपणार सगळं? कसं निभणार हे?"

साखरगडला असताना माझी बहीण तीन वर्षांची झाली होती. पाचवा भाऊ येऊ लागला होता. ऐन वैभवाच्या काळात तो आईच्या पोटात ऱ्हायला आला म्हणून आईनं त्याचं टोपणनाव 'बडे' ठेवलं होतं. त्याचा उल्लेख ती नेहमी शेंडेफळ असा करायची. त्याच्या पाठीवर काही होईल याची तिला अगदी पुसट सुद्धा कल्पना नव्हती आणि आता मधे पाच वर्षं गेल्यावर ती आठव्यांदा आई होणार होती.

मधे बऱ्याच घटना घडून गेल्या होत्या. काही सुखाच्या होत्या, बऱ्याच दुःखाच्या होत्या.

फार सुखाची गोष्ट म्हणजे –

माझा थोरला भाऊ एक वर्षाच्या भ्रमंतीनंतर कलापूरला सिनेमा स्टुडिओत नोकरीला लागला होता. तो वाट सापडेपर्यंत भटक-भटक भटकला होता. काही

मिळवल्यावाचून आता त्याला घरी यायचं नव्हतं. मिळेल तिथं, मिळेल ती नोकरी त्याला करायची नव्हती. कलेच्या क्षेत्रात काही कर्तबगारी करून दाखवेन अशी त्याची उमेद होती. माझा भाऊ चांगला वाचक होता. तो भरमसाट वाचायचा. 'प्रत्येक चांगला वाचक हा संभाव्य लेखक असतोच.' हा नकला करायचा आणि पुष्कळदा नकलाकार हाही संभाव्य नट असतो.

माझा सर्वांत थोरला भाऊ थोडा मार्गी लागला न लागला, तोच वडलांना सरकारी नोकरीत नारळ मिळाला.

तसं कारण काही नाही. एकाएकी धोरणात बदल झाला आणि सरकारनं ठरवलं, ज्यांची नोकरी पंचवीस वर्षं झाली आहे, त्यांना पेन्शन देऊन मोकळं करायचं. तेवढ्या नोकऱ्या तरुणांना उपलब्ध होतील. शिवाय तरुण रक्तामुळे कामकाजही वेळच्या वेळी होईल. चांगलं होईल.

संस्थानच्या लहरी कारभाराबद्दल आई नेहमी म्हणायची, 'पंतांच्या राज्यात घटकेत सौभाग्यवती, तर घटकेत गंगाभागीरथी.'

ही काही अगदीच अतिशयोक्ती नव्हती.

या घटनेनं माझे वडील हादरून गेले. अजून कशात काही नव्हतं. फक्त एक मुलगा महिना तीस रुपये मिळवू लागला होता आणि घरात खाणारी तोंडं सहा होती. सगळी मुलं लहानधाकटी होती. त्यांची शिक्षणं व्हायची होती.

नोकरी संपली. ही बातमी गावात लगोलग पसरली होती आणि अनेक महिने वायदे ऐकून घेत आलेले लोक दारात गर्दी करू लागले होते. वाणी, दूधवाला, कपडेवाला, घरमालक, सावकार....

घर खडतर दिवसांच्या छायेत सदाच होतं, आता ही छाया काळोखी झाली.

आई म्हणाली, ''तुम्ही आता आपल्या गावी जा आणि माहेरचं माझं घर, जागा, दोन्ही जमिनी विका. त्याशिवाय आता काही दुसरी वाट नाही.''

दादा म्हणाले, ''ते माझ्यानं होणार नाही. ते सगळं तुझं आहे. स्त्रीधनाचा अपहार माझ्या हातून होणार नाही.''

''मग थोरल्या लेकाला बोलावून घ्या. तो काही करेल.''

''हे ओझं झेपण्याएवढा त्याचा जीव नाही.''

''मग काय करता?''

''काही उरलं नाही करण्यासारखं. सगळ्या वाटा खुंटल्यात!''

आई तिची वाट कधीच खुंटू द्यायची नाही.

ती उठून मावशीच्या घरी गेली. मावशीच्या मुलाला पुढे बसवून तिने माझ्या

मोठ्या भावाला पत्र लिहिलं :

*'पत्र मिळताक्षणी जेवत असलास, तर आचवायला इथं ये. आम्ही फार संकटात आहोत. यांची नोकरी गेली. इथलं बिऱ्हाड उचलून गावी जाण्याशिवाय आता वाट नाही. येताना आणता येतील तेवढे पैसे घेऊन ये. त्याशिवाय आम्हाला इथून हलता येणार नाही.'*

हे पत्र तिनं स्टुडिओच्या नावावर पाठवून दिलं.

माझ्या भावानं काय केलं, पैसे कसे गोळा केले, ते कसे फेडले हे आम्हाला कधीच कळलं नाही; पण पत्र मिळताच तो आला. त्यानं कर्जदार निवारले.

– आणि माझी आई, वडील, नागूपंत, धाकटी बहीण, सर्वांत धाकटा भाऊ, भांड्यांनी भरलेली पोती, ट्रंका, बोचकी, कंदील घेऊन बैलगाडीतून स्टेशनवर निघून गेली.

मी एकटा मागे राहिलो.

माझी ड्रॉईंगची परीक्षा जवळ आली होती.

ड्रॉईंगचे मास्तर घरी येऊन म्हणाले, "याला राहू द्या माझ्या घरी. दोन महिन्यांनी मी घेऊन येईन."

आईनं मला विचारलं, "बाळा, एकटा राहशील का?"

"राहीन."

मास्तर धर्मानं मुसलमान होते. शिवाय त्यांची बिबी, बालबच्चे इथं नव्हते. मी जेव्हाची गोष्ट सांगतो आहे त्या काळी खानावळ या संस्थेचा प्रसार झालेला नव्हता. आतिथ्य दुर्मीळ नव्हतं. मास्तर कोष्टी गल्लीतल्या एका ओळखीच्या कुटुंबाकडे दोन्ही वेळा जेवायला जात.

आई म्हणाली, "जेवशील रे कुठं?"

"हातांनी करून जेवेन, मला दादांनी शिकवलं आहे."

मग आई माझ्यासाठी काहीबाही ठेवून गेली. माझी ताटली, वाटी-गडू, एक पातेलं, झाकणी, तवा, फुंकणी आणि तिखट, मसाला आणि आंब्याचं लोणचं. कारण मास्तर एकटे होते. स्वयंपाकाची साधनं त्यांनी आपल्या घरी ठेवलेली नव्हती.

मी मास्तरांकडे राहिलो. त्यांनी मला फार मायेनं वागवलं.

मला वाटतं की, भारतातील ढोक पक्ष्याप्रमाणे शिक्षकाची ही जातही आता नामशेष होण्याच्या मार्गावर आहे.

राजधानीच्या गावी परीक्षा झाली.

तीन महिन्यांनी मी छकडा, सर्व्हिस मोटार असा प्रवास करत करत घरी आलो, तर मुलांच्या शिक्षणासाठी आमचं बिऱ्हाड तालुक्याच्या गावी थाटावं लागलं होतं. आमच्या खेड्यापासून हे गाव अगदी जवळ होतं. इथल्या लहानशा म्युनिसिपालिटीत वडील पुन्हा कारकूनच झाले होते. काका याच गावी बदलून आले होते. बारीकरावांची शाळा इथं सुरू होती.

दुसरं महायुद्ध सुरू होतं. हे मिळत नाही, ते मिळत नाही असे दिवस होते. चड्ड्यांसाठी लागणारं खाकी कापड सुद्धा रेशनवर मिळायचं. शिवाय रेशनवर आणखीही काहीबाही मिळायचं. 'मिलो' नावाचं ज्वारीसारखं पण निकृष्ट धान्य, घोड्याच्या दातासारखा दिसणारा तांबडा-पिवळा मका. फोडी करून वाळवलेले बटाटे आणि साखर.

अशा नको त्या काळात आठवं भावंडं जन्माला आलं. चांगला गोरागोमटा पोरगा होता. फार गुणी, फार बोलका, चुणचुणीत. त्याला समजही फार होती. कधी भोकाड पसरून हे पोर रडलं नाही. कधी नको त्या जागी शी करून ठेवली नाही. सदा खुदुखुदु हसायचं. लवकर चालायला लागलं. त्याच्या तोंडाचं बोळकं फार लवकर दातांनी भरून गेलं. लवकरच कुलुकुलु बोलायलाही लागलं. डोक्यावर भुऱ्या केसांचं टोपलं, निळे डोळे, गुलाबी ओठ असं हे रूपवान पोर, गळ्यात काळा गोफ घालून घरभर प्रवास करताना अजून माझ्या डोळ्यांपुढे तस्सं दिसतं.

हे इतकं गुणी होतं की आई वारंवार बोलून दाखवी, "अरे, हे पोर फार गुण करतंय, जगतंय का जातंय, कुणाला ठाऊक!"

त्यानं इतकं गुणी असू नये, कधी भोकाड पसरावं, कधी स्वतःच्याच मलमूत्रात अंगं भरवून घ्यावं. आईची मांडीच बसायला पाहिजे असा हट्ट करावा. यानं दाणकन जोत्यावरनं पडावं आणि कपाळाला खोक पाडून घ्यावी. यानं शर्टाचं बटण कुणाच्या तरी समक्ष तोंडात टाकावं आणि गिळावं. सगळ्यांना हादरवून सोडावं असं आईला वाटे. पण ते पोर दीड वर्षाचं झालं तरी गुणीच राहिलं.

– आणि त्यापुढे ते गप्प झालं. कशानं कुणाला ठाऊक, पण त्याचं पोट टपोरं असं फुगलं. त्याच्या गोऱ्या पोटावर निळ्याहिरव्या शिरा स्पष्ट दिसायला लागल्या.

ते काही खाईना, काही पिईना.

एकाच ठिकाणी गणपतीसारखं बसून राहू लागलं. फिक्कट दिसू लागलं. त्याचं हसणं-खिदळणं मावळलं. हे चळवळं पोर अगदी गरीब दिसायला लागलं.

आई म्हणाली, "अरे, याला होऊ नये अशा आजारानं घेरलं बाबा. याचं 'लिव्हर' वाढलं."

वैद्याची, सरकारी डॉक्टरची पुष्कळ औषधं पाजली. पण काही गुण आला नाही.

एका उदास रात्री हे गुणी पोर आईच्या मांडीवर मरून मोकळं झालं. आई त्याच्या तोंडावरून हात फिरवून म्हणाली, "बाळा माझ्या, अरे का रे, माझ्या पोटी आलास आणि दोन वर्षांचा होऊन माझ्या मांडीवर गेलास?"

महायुद्धाचा वणवा सारखा भडकत होता. जगभर पसरत होता. बॉंबफेकीनं शहरं बेचिराख होत होती. विमानं धडाधड कोसळत होती. बोटी बुडत होत्या. तोफा गर्जत होत्या. लाखांनी माणसं मरत होती. शहरं, खेडी, कुटुंब उद्ध्वस्त होत होती. अशा काळातच बारीकराव व्ह. फा. परीक्षा पास झाले. आईला-दादांना आनंद झाला.

दादा म्हणाले, "पुढे काय करणार तू?"

हा म्हणाला, "शिकणार पुढे."

आई म्हणाली, "शिका, पण आधी चाकरी बघा. तुमचं तुम्ही मिळवा आणि त्यातून शिका. आमची धाव आता संपली!"

कितीही भीषण महायुद्ध खेळलं जात असलं तरी कसंही, कुठंही पाणी सांडत फिरणारं जीवनाचं रहाटगाडगं काही थांबत नाही. तरुण मुलगा आणि वयात आलेली मुलगी एकमेकांच्या प्रेमात पडतात, आयांना बाळं होतात. वठली झाडं मोडून पडतात आणि नवी रोपं भराभर वाढत राहतात. जुनं जातं आणि नवं येतं.

माझा थोरला भाऊ सिनेमा स्टुडिओत रंगत होता. लहान भूमिका करत होता आणि स्टुडिओची नोकरी संपली की, चार नादिष्ट शाहिरांच्या संगतीत रात्री जागवत होता. गीतं, लावण्या, पोवाडे, संवाद लिहित होता. गाणाऱ्यांना देत होता. गाणी लिहित होता आणि संगीत मेळ्यांना देत होता. नकला बसवत होता आणि या त्या गावी कार्यक्रम करीत होता.

मी ड्रॉईंग मास्तरांच्या घरी एकटा राहत होतो. तेव्हा अचानक मला कोणीतरी बातमी दिली, "अरे, तुझा भाऊ सांगलीला दिसला. त्याचा उद्या रात्री नकलांचा कार्यक्रम आहे. मी बघायला जाणार आहे. तू येतोस का?"

मी गेलो. पाच आणे तर आगगाडीचं तिकीट होतं. ते बातमीदारानं दिलं आणि उधळलेल्या केसांचा, उमद्या चेहऱ्याचा तरणाबांड असा माझा भाऊ मी कितीतरी दिवसांनी पाहिला. मला पाहताच त्याला फार आनंद झाला आणि थोडं वाईटही वाटलं.

"तुझे केस का असे? कापले का नाहीस?"

मी गप्प.

"तुझे कपडे का असे?"

".…."

"कुठं राहतोस? कुठं जेवतोस? मला सांग सगळं."

मग ती तुटक-तुटक असं खरं खरं सांगत राहिलो. तो ऐकत राहिला आणि मधेच मला जवळ ओढून म्हणाला, "नको रे सांगूस. मला वाईट वाटतं."

मग मी काही न सांगता गप्प राहिलो. माझ्या भावानं मला छानशा हॉटेलात नेलं आणि खूप छान छान खायला दिलं. मग मला न्हाव्याच्या दुकानात नेलं आणि माझ्या डोक्यावरचं, चिमणीनं आत घरटं करावं असं केसांचं टोपलं कमी करून मला देखणं बनवलं. मग तो मला घेऊन तयार कपड्यांच्या दुकानात गेला आणि एक सुंदर निळी हाफ पँट, चौकड्याचा निळा शर्ट त्यानं मला घेतला. मग तो मला घेऊन चांभाराच्या दुकानात गेला आणि त्यानं मला छान-छान चपला घेऊन दिल्या.

माझे पहिले कपडे, दुकानदाराकडून घेतलेल्या मोठ्या ब्राऊन कागदाच्या पिशवीत नीट बंद करून त्यानं ते आपल्या काखेला मारलं आणि म्हणाला, "आता कसा छान दिसतोस!"

संध्याकाळ होईपर्यंत आम्ही दोघे सांगलीच्या बाजारपेठेतून हिंडलो.

माझा भाऊ ज्याच्याबरोबर आला होता, त्या संगीत मेळ्याचा रात्री कार्यक्रम होता.

छान-छान कपडे करून मुलामुलींचा मेळा बसलेला होता.

लखलखीत प्रकाश होता. खूप लोक पाहायला, ऐकायला जमले होते. जाहीर कार्यक्रम होता.

आम्ही दोघे स्टेजवरच; पण एका बाजूला बसलो. वाद्यं लागत होती. लोक उत्सुक होते.

माझा भाऊ हळूच माझ्या कानात कुजबुजला, "तुला तुझी होणारी वहिनी बघायची आहे का?"

मी चकित होऊन म्हणालो, "हो."

"ती बघ."

मुलामुलींच्या मेळाव्यापैकी एकीकडं दृष्टी टाकून त्यानं मला सांगितलं.

मोठे मोठे केस, जाड वेणी पाठीवर. फुगीर गालांवर भुरुभुरु बटा, गोरा-गोरा रंग आणि गुलाबी रंगाची नऊवारी साडी नेसलेली, मासिकावरच्या चित्रासारखी

दिसणारी ती वहिनी मी चकित डोळ्यांनी पाहिली आणि भावाला विचारलं, ''खरंच?''

''हो, पण एवढ्यात आईला सांगू नकोस हं.''

''नाही.''

बारीकरावांना नोकरी लागल्यावर काही दिवसांनी माझ्या मोठ्या भावाचं दादांना पत्र आलं. त्यानं लग्न ठरवलं होतं. आम्हाला सगळ्यांना लग्नाला जायचं होतं.

आम्ही सगळे – म्हणजे काका, माझी मोठी बहीण (आई तिला 'अल्लाची गाय' म्हणत असे.) बारीकराव, नागूपंत, आई, दादा, मी, बडे, माझी धाकटी बहीण असे कलापूरला गेलो.

काही मोठ्या धडाक्याचं नाही, पण लग्न चांगलं झालं. समारंभाला शोभा आली.

जरीचं पातळ आणि जरीची चोळी नेसलेली आई छान दिसत होती. जरीचा जांभळा रुमाल, पिवळा रेशमी कोट, गळ्याभोवती उपरणं आणि कपाळावर तांबडंभडक गंधाचं बोट लावलेले दादा घाईघाईत लग्नघरात हिंडत होते आणि कुणाकुणाला बाजूला बोलावून कानात काही सांगत होते. मुलं धावत होती. अत्तरांचा घमघमाट होता. वाजंत्री झडत होती.

आईला सून आल्याचा फार आनंद झाला होता. ती मला म्हणाली, ''छान आहे तुझी वहिनी. नीट पाहिलीस का?''

मी म्हणालो, ''मी कधीच पाहिली आहे... तुम्हा सर्वांच्या आधी!''

वयाला साठ वर्षं पूर्ण झाली तेव्हा 'आता मात्र पुरे' म्हणून माझे वडील म्युनिसिपालिटीतून घरी आले. ते पुन्हा कुठंही चरितार्थासाठी काम करायला गेले नाहीत. प्रपंचाचा भार त्यांनी माझ्या शिक्षकपेशाच्या भावावर सोपविला. मुलांची शिक्षणं व्हायची होती म्हणून त्यांनी तालुक्याच्या गावी बिऱ्हाड केलं होतं. नागूपंत आणि माझी धाकटी बहीण या दोघांनाही आईनं शिक्षणासाठी मोठ्या मुलाकडे पाठवून दिलं. फक्त धाकटा बडे जवळ ठेवला आणि वानप्रस्थाश्रमात गेल्याप्रमाणे हे वृद्ध जोडपं आपल्या खेड्यात, त्या जुन्या वाड्यात जाऊन राहिलं.

घर म्हणजे थंडीवाऱ्यापासून निवारा देणारी केवळ एक वास्तू नसते, त्यापलीकडे पुष्कळच असतं. त्यात हे घर जर वाडवडिलांनी उभारलेलं असलं तर तिळाभोवती साखरेचा कण गोळा होऊन काटेदार हलवा तयार होतो, तशा या घराभोवती अनेक सुखद स्मृती चिकटून त्यालाही व्यक्तिमत्त्व आलेलं असतं.

आमचं जुनं घर हे काही विशेष व्यक्तिमत्त्व असलेलं घर होतं.

दरवाजा, अंगण सोडलं तर आता वाड्याचे दोन भाग झाले होते. एक भाग दादांच्या चुलत्याकडे गेला होता. मधोमध आडवी भिंत घालून हे भाग केले होते. डाव्या भागात दादांचे चुलते आणि म्हातारी आजी राहत होती. दादांचे हे चुलते रंगानं गोरेपान होते. त्यांचा सगळा चेहरा सुरकुत्यांनी भरून गेलेला होता. डोईवर पांढराशुभ्र घेरा आणि पांढरीशुभ्र शेंडी होती. यांच्या भिवया आणि मिशासुद्धा पांढऱ्याशुभ्र होत्या. ओठ नेहमी पान खाऊन रंगलेले असत. हे अंगात बाराबंदी घालत आणि पायांत पुणेरी जोडा.

यांचं आपल्या पुतण्यावर, त्यांच्या मुलाबाळांवर प्रेम होतं, पण ते मुकं होतं. ते शब्दांतून व्यक्त होण्याऐवजी कृतीतून व्यक्त होत असे. म्हणजे असं की, ते रानातून आले म्हणजे ऊसाच्या कांड्या किंवा गोड तांबडी गाजरं किंवा गोड पांढरी रताळी घेऊन येत आणि म्हातारीच्या नकळत अर्ध्या भिंतीवरून ती पलीकडं म्हणजे आमच्या सोप्यात टाकून देत.

आवाज कसला झाला म्हणून आमची आई बाहेर जाऊन बघे, तो मधल्या भिंतीपाशी ऊसाच्या कांड्या पडलेल्या असत. त्या कोणी, कुणासाठी टाकल्या, गुपचूप का टाकल्या हे तिला कळत असे. आईची चुलतसासू मात्र आईला नेहमी शिव्या घाली.

या आजोबांच्या आणि दुष्ट आजीच्या आठवणी आई नेहमी सांगायची. या घराला आता कुलूप असे. ती तीन मुलं कशी निघाली आणि कुठं-कुठं कशी गेली यांच्या हकिकतीही आई सांगत असे.


या घरात जागोजागी आजोबांची स्मारकं होती.

जुन्या सोप्यात एक चमत्कारिक तुळई होती. तिच्या खाली झोपलं की, रात्री ओरडत उठायला होत असे. आम्ही कोणीही कधीही या तुळईखाली झोपत नव्हतो. कोणी पाव्हणारावळा आला आणि माहिती नसल्यामुळे तिथे झोपला तर आम्ही त्याला जागं करून सांगायचो, ''या जागी झोपू नका. ओरडत उठाल मध्यरात्री....''

''का बरं?''

''तसा तुळईचा गुण आहे.''

बिचारा पाव्हणा तुळई सोडून बाजूला झोपे.

ही आख्यायिका आईकडूनच आम्ही ऐकली होती. माझ्या आजोबांनी हा वाडा जेव्हा बांधला, तेव्हा त्याला लागणारं लाकूड आजूबाजूच्या वाड्यावस्त्यांवरनं गोळा केलं. एका कुणब्याच्या मळ्यात कडुनिंबाचं मोठं झाड होतं. लांब तुळई त्याच्यातून निघणार होती. बाबा बामण मागायला आला, तेव्हा त्याला उघड नाही म्हणणं कठीण होतं. कुणबी म्हणाला, ''एवढं एकच मोठं झाड माझ्या रानात आहे

सावलीचं आणि त्याच्याखाली म्हसोबा देव आहे. हा फार कडक आहे. डोक्यावरची सावली गेली, तर हा खवळून माझं अन् तुझं दोघांचंही वाटुळं करेल.''

बाबाला काही विधिनिषेध नव्हता. कमरेला उपरणं आवळून त्यानं शेंदूर माखलेला म्हसोबा उचलला आणि उन्हात ठेवला. चार लोक बोलावून ते झाड तोडलं, कापलं, रंधलं आणि घराला तुळई बसवून टाकली.

मागं परसू होतं, त्याला पाठभिंत म्हणजे नुसता दगडाचा खिळगा होता. त्यापुढे उकिरडा होता. आईच्या इतिहासानुसार पूर्वी या उकिरड्याजागी आड होता. हा काही नीट बांधून काढलेला नव्हता. तो वरचेवर ढासळत असे. या आडापाशी एक देवस्थान होतं. तिचं नाव 'ताईआई.' तुकारामबोवांनी ग्रामदेवतांची जाखाई-जोखाई अशी नावं घेतली आहेत. ही 'ताईआई' हे खास इथलंच ग्रामदैवत असावं. तिला निवद, नारळ करावा लागे. तो चुकला की, घरात काही वावगं घडे. असं फार होऊ लागलं. घरादाराला ताईआईचा धाक होऊन बसला तेव्हा संतापून आजोबांनी ती ताईआई उचलून आडात टाकली आणि आड बुजवून वर उकिरडा केला. पाण्यासाठी वेगळा आड खोदला.

त्यानंतर पुष्कळ दिवस घरातल्या वस्तू एकदम गडप होत, सापडेनाशा होत. आई म्हणे, 'नेली ताईआईनं'. मग त्या उकिरड्याला नारळ दिला जाई. डाव्या-उजव्या हातानं ठेवलेली आडबाजूला गेलेली ती वस्तू सापडे.

अशी आजोबांची, बाईआजीची, नाना आजोबांची लहानमोठी स्मारकं ठायी ठायी असलेल्या या घरात, आई-दादा आणि माझा सर्वांत धाकटा भाऊ राहू लागले.

– आणि एके दिवशी भल्या पहाटे उठून घरी कुणाला न सांगता सवरता मी 'छोडो भारत' चळवळीत सामील होण्यासाठी म्हणून काही फरारी लोकांबरोबर जो गेलो, तो गेलोच. मी कुठं आहे, काय करतो आहे, कसा राहतो आहे याचा काही पत्ता आईवडलांना दोन अडीच वर्षं लागला नाही. त्यांना लागला नाही. पोलिसांनाही लागला नाही.

महायुद्ध आलं, गेलं. माझ्या जन्मगावी फार मोठे बदल झाले नाहीत. काही पोरं मिलिटरीत भरती झाली. एखादं-दुसरं लढाईत मारलं गेलं. तालुक्याला आलेल्या पोस्टाच्या रनरनं काही मनिऑर्डरी, काही पत्रं – आघाडीवरनं आलेली – गावात पोहोचविली.

स्वातंत्र्य मिळालं. देशात आनंदीआनंद झाला. काही फार बदल गावात झाला

नाही. शाळेवर झेंडा फडफडला. मास्तरांनी पोरं घेऊन प्रभातफेरी काढली. शाळेपुढे जमून गावकऱ्यांनी 'झेंडे की जय,' 'गांधी की जय,' 'भारत माता की जय' अशा घोषणा केल्या. पाटलांनी पोरांना ऊस वाटले.

महात्मा गांधींचा खून झाला आणि दिल्लीच्या बिर्ला मंदिराच्या दारात झाडलेल्या पिस्तुलाचे बार मात्र इथं वाजले. 'हे राम' हे शेवटचे शब्द इथे उमटले. शुभ्र खादीवस्त्रावर लाल रक्ताचे डाग पडले आणि पसरले, त्याचे चार शिंतोडे इथपर्यंत आले. आधी घोंगावत बातमी आली. मागोमाग वाजत गर्जत लोकांचा लोंढा आला.

'आले, आले, बामणांची घरं जाळायला लोक आले!' असा ओरडा गावात होतो न होतो, लोक सावध होतात न होतात, तोच वावटळ यावी तशी गरगरत झुंड आली. बेफाम झालेले लोक होते. त्यांच्या हातात काठ्या होत्या. कुऱ्हाडी होत्या. गावात शिरल्या-शिरल्या त्यांनी उगाचच चार लोकांना काठ्या घातल्या. दहशत पसरवली. लगेच मागून लोकांनी आणि रॉकेल तेलाच्या डब्यांनी भरून ट्रक आले. गावातल्या लोकांना धाकदपटशा दाखवून त्यांनी हुकूम सोडले, "बामणाची घरं दावा!"

काही पळाले, काहींनी भीतीनं, तर काहींनी परिणामाची काही कल्पना नसल्यामुळे घरं दाखवली.

झुंडीच्या झुंडी काठ्या वर करून, जळते पलिते घेऊन दरवाज्यातून आत घुसल्या.

"बायकापोरांस्नी घिऊन बाहेर पडा. आमी घर पेटवनार हाय!"

"का? आम्ही काय केलं? तुम्ही कोण?" असं विचारायची हिंमत कुणाला होणार? घाबरून, भीतीनं कापत, बायकापोरं, म्हातारी माणसं बाहेर पडली.

खांबांवर रॉकेल ओतून त्याला पलिता लावण्यात आला. धारच्या धार ओतून गाईगुरं बांधायचा गोठा, त्यावरचं छप्पर याला चूड लावण्यात आली.

धडाधड घरं पेटली... एक, दोन, तीन, चार, सहा, सात, आठ....

लखलखीत पिवळातांबडा उजेड पडला. गाव लखलखू लागलं. धुराचे लोळ आभाळात चढले. तडतडत, ठिणग्यांचे भुसनळे उडवत आग घरांची राख करू लागली.

आमच्या वाड्यावरही लोक आले. चार दांडगे आत घुसले म्हणाले, "बायका, पोरं, म्हातारे, तरने – सगळे भायेर पडा!"

आईनं बघितलं तर पुढाऱ्यांपैकी काही माणसं तिच्या माहेरच्या गावची दिसली. एकदोघांची नावंही आठवली. मग ती समोर येऊन त्यांना म्हणाली, "अरे, मी तुमच्या गावची. लेकीचं घर जाळता? तिला वनवाशी करता?"

तर एक जण म्हणाला, "आक्का, तू आमच्या गावची हे खरं; पर आता आमी बाकी धा जनांची जाळली. तुलाच सूट देनं बरं दिसत न्हाई. तू आपली भाईर हो!"

माझे वडील, भाऊ, आई सगळे निमूट बाहेर पडले.

– आणि ते जुनंपानं घर हां-हां म्हणता पेटलं.

शेजारीच रामोसवाडा होता. आमच्या भिंतीपलीकडंच गावचा संरक्षक नाईक होता.

त्याच्या नावानं ओरडून आई म्हणाली, "अरे, देवाचा देव्हारा तरी वाचव! हो आत."

नाईक जाळात धावता धावता थबकला, "काकी, मी... आनू देव?"

"आण, आण."

धावत आत जाऊन त्यानं देव्हाऱ्यावरचे देव गोळा केले. हा लंगडा बाळकृष्ण, हा गिरीचा व्यंकोबा, ही अंबाबाई, हा गणपती, हा शंख, हे टाक, ही घंटा, हा गंगेच्या पाण्याचा गडू – सगळं त्यानं आपल्या धोतराच्या खोच्यात भराभरा भरलं आणि तीरासारखा आत घुसला होता, तसाच धुराच्या लोळातून, जळत्या वस्तूंवरून उड्या घेत बाहेर आला.

"काकी, हे आता कुटं ठिऊ?"

"ने जा तुज्या घरी...."

मग तो आपल्या खोपटात गेला आणि खोचा तसाच धरून उभा राहिला. आपल्या म्हातारीला म्हणाला, "अगं, कोपऱ्यातली जागा जरा शेनानं सारीव. बामनाचं देव ठिवायला पायजेत!"

मध्यानरात्रीपर्यंत अशी होळी खेळून आलेला जमाव गर्जना करीत निघून गेला.


जमाव हा रामायणातल्या कबंध राक्षसासारखा असतो. डोकं नाही, छातीवर डोळा – तोही एकच. पाय नाहीत. दोन्ही हात मात्र सहस्र योजनं पोहोचू शकतील असे लांब.


घरं जळून गेलेली, उघड्यावर पडलेले हे गावातल्या आठ घरांतले लोक देवळात, पारावर, कुणाच्या पडवीत, कुणाच्या सोप्यात राहिले. अंगावरच्या वस्त्राखेरीज त्यांच्यापाशी काही राहिलं नव्हतं.


मग कोणी आपल्या रानात झोपड्या घालून राहिले. कुणी परगावी आपल्या नात्यातल्या माणसांकडे गेले, कुणी त्याच जळक्या घरात, जागा साफसूफ करून जी उभी भिंत होती, तिच्या आधारानं छप्पर घालून राहिले.

मला पाजणाऱ्या पाटलीणआईच्या सोप्यात आमचं सगळं कुटुंब काही आठवडे राहिलं.

ही सगळी हकिकत कळल्यावर थोरल्या भावाचं तातडीचं पत्र आलं आणि माझी आई, वडील, भावंडं काही महिने थोरल्या भावाकडे जाऊन राहिले.

वडील पार काळवंडून गेले. त्यांची जगण्यावरची वासनाच उडाली. हे काय झालं? मी कुणाचा काय अपराध केला होता? असं घोकता-घोकता त्यांना आला दिवस जड वाटू लागला. सगळ्यांनी धीर दिला, ''दादा, जाऊ द्या. घर गेलं म्हणजे काय नशीब गेलं का? आपण पुन्हा घर उभारू. पुन्हा संसार उभा करू. आम्ही आहोत ना, तुम्ही धीर टाकू नका. उभारी ठेवा, आपण सगळं पुन्हा उभारू.''

दादा 'होय-होय' म्हणत पण त्यांच्या मनानं, त्यांच्या शरीरानं उभारी धरली नाही.

आपलं आता भरत आलं आहे, असं त्यांना वाटू लागलं.

दरम्यान माझा शिक्षक भाऊ इकडे कामाला लागला होता.

त्यानं झाडं तोडली, खाणीतनं दगड आणवले. चुन्याच्या घाणी काढल्या आणि माजघरावर तुळया अंथरल्या. दांडे, किलच्या अंथरल्या. पाचखण, माजघर झाकून घेतल्यावर पुढच्या सोप्याच्या जागी पडदी घालून, चौकट बसवून वर पत्रे घातले. बाजूला एक उठा-बसायची खोली काढली आणि एवढा निवारा केल्यावर तो आई-वडलांना न्यायला आला.

आपलं घर थोडंफार तरी पुन्हा उभं झालं, हे ऐकून वडलांना समाधान वाटलं. त्यांनी थोरल्या मुलाचा, सुनेचा, नातवंडांचा निरोप घेतला.

परत गावी आले.

घराचा आता संकोच झाला होता.

ते म्हणाले, ''माझं अंथरूण माजघरातच घाला.''

औषधोपचार सुरू होते. दादा हळूहळू कृश होत चालले. त्यांना रक्तदाबाचे तीव्र झटके येऊ लागले.

मला मुंबईला कळलं. थोरल्या भावालाही पत्र गेलं.

दादांचं म्हणणं होतं, 'आता सर्वांना बोलावून घ्या.'

आम्ही दोघंही गावी पोहोचलो तेव्हा दादांना जास्ती झालं होतं. मी जवळ बसलो.

"केव्हा आलास? तुझं बरं चाललंय ना?" अशी त्यांनी चौकशी केली.

संक्रांतीचा आदला दिवस होता. तिसऱ्या प्रहरीच आई म्हणाली, "आता त्यांच्या जवळचे उठू नका."

संध्याकाळ होत होती. पश्चिम दिशा लाल झाली होती. गाईगुरं परत येत होती. अंगणातल्या झाडावर चिमण्यांचा कलकलाट चालू होता.

माझा थोरला भाऊ हलक्या आवाजात म्हणत होता :

'...न जायते म्रियते वा कदाचिन्नायं भूत्वा भवित्ता वा न भूयः।
अजो नित्यः शाश्वतोऽयं पुराणो न हन्यते हन्यमाने शरीरे....।'

थोरल्या भावाच्या मांडीवर डोकं ठेवून दादा गेले.

आई एकटी राहिली.

इथून पुढे तीस वर्षं तिला एकटीला वाट चालायची होती. आणखी काय काय पाहायचं होतं!

□

| सात |

आईनं सांगितलं की, तुमचं तुम्ही मिळवा आणि शिका. त्यामुळे माझ्या दुसऱ्या भावाची पुढे शिक्षण घेण्याची इच्छा मनातच राहिली. मिळवतं व्हायचं म्हणजे कुठेतरी नोकरी करायची. व्ह.फा. झालेल्या मुलाला आणखी नोकरी कसली मिळणार? येऊन जाऊन मास्तर व्हायचं आणि कुठल्या तरी खेडेगावातल्या शाळेत पोरं वळायची. संस्थानी मुलूख असला तरी एक गोष्ट बरी होती. राजा शहाणा होता. गावोगावी शाळा व्हाव्यात, ज्ञानाची गंगा पार वाड्यावस्त्यांतून वाहावी. प्रजा शिकून शहाणी व्हावी. शिक्षणामुळे मिळतात हे लाभ त्यांना मिळावेत म्हणून वाड्यावस्त्यांवरून शाळा निघत होत्या.

माझा भाऊ प्राथमिक शाळेत शिक्षक झाला. रोज पायपीट करून सात मैलांवर असलेल्या गळवेवाडी या खेड्यात जाऊन पोरं शिकवू लागला.

मुलं खूश होती. गळवेवाडीची झोपडीतली शाळा बरी चालली होती. पण लवकरच माझा भाऊ पायपिटीला, एकाकी राहणीला कंटाळला. आई जाताना त्याला भरपूर दशम्या करून देई. त्या दोन-तीन दिवस तो खाई. मग मात्र त्याला कधी दूध-भात, कधी ताजी भाकरी आणि मिरच्यांचा ठेचा असले पदार्थ स्वतःच करून खावे लागत.

जगातले उत्तम स्वयंपाकी हे पुरुषच आहेत हे खरं; पण स्वत:चं अन्न रोज स्वत: शिजवून खाणं ही गोष्ट कोणत्याच पुरुषाला आवडत नाही.

माझा भाऊ शिक्षण-संचालकाकडे गेला आणि म्हणाला, "मला बदलून तालुक्याला आणाल तर उपकार होतील!"

ते म्हणाले, "चांगला शिक्षक खेड्यातच पाहिजे."

"एक वर्ष झालं. मला पायी जावं-यावं लागतं. शिवाय जेवायची सोय नाही."

ते म्हणाले, "तू ट्रेंड शिक्षक होतोस का? तर इकडं आणतो."

"होतो."

"जा साताऱ्याला आणि ट्रेनिंग घेऊन ये."

माझा भाऊ 'हो' म्हणाला खरं; पण आर्थिक प्रश्न होता, तो सोडवणं फारच कठीण होतं.

माझा भाऊ उदासवाणा होऊन आईला म्हणाला, "आई, कुठनं गं पैसे उभे करू? ट्रेनिंग कोर्स केला नाही तर मला या नोकरीत पुढे जाता येणार नाही. जन्मभर मी राजेवाडी, मेटकरवाडी, गळवेवाडी आणि टेंभुर्णीच करीत राहीन!"

आईनं विचारलं, "किती खर्च येईल?"

हा म्हणाला, "तरी सहाशे रुपये लागतील."

"एखादी जमीन गहाण टाकून मिळतात का बघ."

"जमीन वडिलोपार्जित आहे. सगळ्या भावांचा विचार नको का घ्यायला?"

"कोणी नाही म्हणायचे नाहीत."

"पण एकदा जमिनीवर कर्ज काढलं की, ते वारणं होत नाही. व्याज, चक्रवाढ व्याज चढत राहतं आणि सावकार जमीन गिळून बसतो. आहे ती एवढी जमीन गेल्यावर आपल्या जवळ काय राहील?"

"तेही खरंच रे बाबा, शहाण्यानं जमिनीवर कर्ज काढू नये. द्रौपदीची थाळी ती. विकून खायचं काय?"

"मग?"

सतत आठ-दहा दिवस हा प्रश्न घरात नाचत राहिला. काही मार्ग सापडला नाही. माझा भाऊ निराश झाला. म्हणाला,

> "दारिद्र्य मरण यांतुनी मरण बरें, बा, दरिद्रता खोटी
> मरणांत दु:ख थोडे, दारिद्र्यांत व्यथा असे मोठी।।"

आईलाही फार वाईट वाटलं.

मग तिनं विचार कर-कर केला आणि मध्यानरात्री अंथरुणावर पडल्या पडल्या म्हणाली, ''एवढं महत्त्वाचं वाटतंय हे शिक्षण तुला, तर माझं माहेरचं घर विक. कशाला जातेय मी आता तिथं राहायला? तुझ्या गरजेपुरते पैसे त्यातनं सहज येतील.''

माझा भाऊ चकित झाला. आपल्या आईवडलांचं हे घर, इथं आपलं बालपण गेलं म्हणून आईला ते फार प्रिय होतं.

हे चिरेबंदी घर छान होतं. आईला भाऊ नव्हता. नाहीतर हा बालगीतातल्या मामाचा वाडा शोभला असता. इथल्या रुंद अंगणात, भागलेल्या चांदोबाला लपायला निंबोणीचं झाड सुद्धा होतं. आईची चांगली पिकणारी बागाईत, जिराईत अशी अठरा एकर जमीन या गावी होती. त्यामुळे मामाच्या वाड्यात जाऊन, तूपरोटी खाऊन यायलाही आम्हा कुणाला आडकाठी नव्हती.

माझ्या भावानं विचारलं, ''मनापासून म्हणतेस का गं?''

''होय रे. माझ्यापाशी दुसरं काय आहे देण्यासारखं? आणि शिक्षणासाठीच विकतो आहेस. पुण्यच जोडतेय मी!''

माझी आई काही पंडिता नव्हती, सर्वनाशही ओढविलेला नव्हता, तरी आपल्या वाट्याला आलेली ही अर्धी इस्टेट तिनं आनंदानं त्यजिली.

त्या काळी आमची स्वत:ची बैलगाडी झालेली नव्हती. भाड्याची बैलगाडी करून आई तालुक्याला गेली. माझा भाऊ गेला आणि घराच्या खरेदीपत्रावर अंगठा देऊन आई रिकामी झाली. तिच्या आईवडलांनी लेकीला ठेवलेली सावली, डोक्यावरचं छप्पर नाहीसं झालं.

माझा भाऊ शिकायला गेला आणि चांगल्या तऱ्हेनं कोर्स पार पाडून परत आला. तत्काळ त्याची बदली तालुक्याच्या गावी झाली.

आईला आता घरची उसाभर करायला, मुलांचं जेवणखाण प्रेमानं करायला घरात दुसरं माणूस हवं होतं. तिच्या वयाच्या कुणब्याच्या बायका म्हणत होत्या, ''काकी, कितींदा शेनपान्यात हात घालायचं तुमी? लेकाचं लगीन करून सून आनू दे ना आता.''

आमच्या घरचं हव्य-कव्य करणारे गुरुजी होते. ते अधूनमधून घरी हाक देऊन जायचे, पानानं लालभडक झालेलं तोंड हसरं करून विचारायचे, ''काय लाडू-पोळीचा काही संभव?''

त्यांना आईनं सांगितलं की, 'रूपागुणाची, चांगल्या घरची मुलगी बघा, यंदा कर्तव्य आहे.'

गुरुजींनी इकडं तिकडं चाचपून पाहिलं.

शिक्षकाची नोकरी, शिवाय एवढ्या भावांत सगळी वीस एकर जमीन. तीही जिराईत. काय बघून मुलगी द्यावी देणाऱ्यानं?

गुरुजींची काहीच लगबग दिसेना तेव्हा आईनं खोदून-खोदून पुन्हापुन्हा विचारलं, मग अगदी सौम्य शब्दांत गुरुजी म्हणाले, "सगळं उत्तम आहे तुमचं आता; पण आपल्या या देशी राहणीला घरी बागाईत पाहिजे – चांगलं भरण्याचं. गडीमाणसं, गुरंढोरं पाहिजेत."

आई म्हणाली, "कळला अभिप्राय. माझी पोरं तेही करतील. बघाल तुम्ही."

मग सुमारे पाच-सहा वर्षं माझा भाऊ 'शेती' या विषयाच्या मागे लागला. पहिली गोष्ट म्हणजे त्यानं जिराईत रानात दाणकन विहीर धरली. सगळ्यांनी सांगून पाहिलं की या रानात पाणी नाही. पूर्वी आजोबांनी खटपट केली होती, ती वाया गेली. पण यानं ऐकलं नाही. ईर्ष्येनं विहीर पुरी केली. काळा पाषाण लागला तो सुरुंगानं फोडून काढला. अतोनात श्रम आणि पैका लागला, पण अखेर पाण्यानं तोंड दाखवलं. परातीतून साखर वाटावी, असा आनंदीआनंद झाला.

मोट, नाडा, बैल, गोठा, गाडी, दावण सगळं झालं आणि मळा पिकू लागला. पाणी पुरेसं नव्हतं; पण होतं त्यावर ऊस, पेरूची बाग, भाजीपाला सगळं करून झालं.

तीन वर्षं बरी गेली आणि दुष्काळ आला. विहीर पार आटून गेली. दाणागोटा ठेवायला पेव म्हणून वापर करावा इतकी.

मग यानं व्याप करून पैसे अपुरे पडले, तर एका परगावच्या व्यापाऱ्याला अर्ध्यात घेऊन काळीकरंद अशी दहा एकर जमीन खरेदी केली आणि तिच्यात भलीमोठी बारव खोदण्याचा घाट घातला. हे काम खरं तर ताकदीपलीकडचं होतं; पण देवाचं नाव घेऊन सुरुवात केली तर खरी.

सुरुवात केली. खोदाईला गडी लागले. खाणीकडे दगड पाडायला वडार लोकांना कंत्राट दिलं. बेलदाराची गाढवं सांगितली. रात्रंदिवस रानात आणि घरात खोदकाम आणि बांधकाम सुरू झालं.

– आणि ऐन मध्यावर येऊन पैशाअभावी काम थांबलं.

माझा भाऊ अस्वस्थ झाला. आता हा प्रतिष्ठेचा प्रश्न होऊन बसला होता. 'काय करू, कसं करू' असा अष्टाक्षरी मंत्र जपणं सुरू झालं. वडार, गवंडी, बेलदार, रामोशी तंबाखूच्या पिचकाऱ्या हाणत अंगणात येऊन तासन्तास थकलेल्या पैशासाठी बसू लागले.

हा कृश झाला. झोप उडाली. म्हणाला, ''आई, आता यातनं काढशील तर तूच!''

''मी रे काय करणार बाळा, माझ्यापाशी काय आहे?''

''तुझी जमीन वीक. वीसएक हजार रुपये उभे राहतील.''

''आणि रे? डोकं टेकायला घर नाही, पसाभर धान्य येईल तर हक्काची जमीन नाही. अधांतरी होईन मी. थकून धरणीवर पडले तर मला कोण?....''

''आम्ही आहोत की....''

''तुम्ही आहातच. पण माझ्या मायबापानं मला अर्धीकोर भाकरी ठेवलीय. ती....''

''आम्ही तुला ती इथं करून देऊ.''

''नको बाबा.''

''नाहीतरी काय उपयोग आहे आता परगावच्या जमिनीचा? कुळकायदा येऊ घातलाय. सगळी जमीन फुकापासरी वाटेकऱ्याच्या घरात जाईल. आपण आधीच शहाणे होऊ. आई, तू नाही म्हणू नकोस.''

घरची गाडीबैलं घेऊन आई तालुक्याला मामलेदार कचेरीत गेली आणि जमिनीच्या खरेदीपत्रावर अंगठा देऊन आली.

मोठी विहीर झाली. अपरंपार पाणी लागलं. विहिरीवर इंजीन बसलं. रानात ताली पडल्या. मोऱ्या बांधल्या गेल्या. खतमाती, पाणी, घाम सतत घालून-घालून ही जमीन हाताशी आली. धान्याच्या राशी घरी येऊन पडू लागल्या.

थाटामाटात माझ्या भावाचं लग्न झालं. बँड वाजला. गावजेवणं झाली. उष्ट्या पत्रावळ्यांनी उकिरडा भरून ओसंडला.

जनलोक म्हणाले, ''लेकरं चांगली निघाली. म्हातारीचे पांग फिटले.''

□

# । आठ ।

असं म्हणतात की सर्वांत थोरला मुलगा असतो तो वडलांचा प्रिय असतो. सर्वांत धाकट्यावर आईचं प्रेम असतं. मधला मात्र अधांतरी असतो.

पण हे काही सत्य नव्हे. आईचा माझ्यावर जीव होता. अगदी लहानपणचे काही किरकोळ प्रसंग सोडले तर ती मला कडू किंवा टाकून बोलल्याचं मला आठवत नाही. पुन्हापुन्हा मी आठवून पाहिलं, पण असा प्रसंगच नाही. उलट माझ्या थोडंसं असंही लक्षात आलं होतं की, हिची माझ्यावर माया आहे आणि त्या मायेला थोडी कणवेची डूब आहे. माझ्या अंगाला थंडी लागू नये, म्हणून ती कांबळं घाली तेव्हा त्याला आतून तिच्या जुन्या लुगड्याची घडीही जोडलेली असे.

माझ्याविषयी ही कणव तिच्या मनात का बरं असावी याचा विचार जेव्हा मी करतो तेव्हा मला वाटतं, हा आपलं दूध पिऊ शकला नाही, तान्हेपणी आपण याला पदराखाली घेऊ शकलो नाही, आजारपणामुळे आपण याच्यापासून लांब-लांब राहिलो, असं तिच्या मनात काही असावं.

दुसरं असं की मी फार लहानपणी एकटा राहिलो. ड्रॉईंग मास्तरांकडे ती मला जेव्हा सोडून आली तेव्हा माझं वय दहा वर्षांचं होतं. लहानपणी ती जशी आम्हाला कारंड्याच्या घरी धाडत असे, तसंच हे मास्तरही मला सणासुदीला थोरामोठ्यांच्या

घरी जेवायला पाठवत. ही सुखवस्तू माणसं जेव्हा माझी कणव करीत, 'घे हो बाळ! लाजू नकोस. पोटभर जेव' असं म्हणत, तेव्हा मी अपमानित होई आणि मास्तरांना म्हणे, की 'आता मला तुम्ही असं कुणाकडे पाठवू नका. सणादिवशी मी घरीच जेवेन.' भिक्षुकानं पक्वान्नांची आणि चाकरानं मानाची अपेक्षा ठेवू नये, हे कळण्याचं माझं वय नव्हतं.

पुढे मी सोळा वर्षांचा असतानाच घराबाहेर पडलो आणि वणवण करीत भटकलो. सगळं वाऱ्यावरच होतं. या काळात माझ्या शरीराची आणि मनाची नाना परीने होलपट झाली. यातलं काही-बाही भडक करून लोकांनी आईपर्यंत पोहोचवलं होतंच.

दोन हातांचे चार हात झाल्यावर, वडलांच्या आजारपणात तीनेक वर्षांनी माझा पाय घराच्या उंबऱ्यात पहिल्यांदा पडला तेव्हा आईनं मला पोटाशी धरलं आणि ती एकच वाक्य बोलली. म्हणाली, "चुकलास रे बाबा, वाटच चुकलास!"

अनवाणी चालणारा वाट चुकला की, भांबावून काट्याकुट्यांतूनही जातो. तळपायांना पुढे कुरुपं होतात. ती त्याला जन्मभर वागवावी लागतात.

या पोराचं नशीब काही चांगलं दिसत नाही, त्याची फरफटच होत राहणार असं आईला वाटत असलं पाहिजे. आम्ही लहानधाकटी मुलं असताना तिला बंद दाराशी झोंबणारा नाग जसा दिसला होता, तसाच तो काही मुलांच्या मोठेपणी सुद्धा अधूनमधून दिसत असला पाहिजे आणि ती आम्हाला पोटाशी ओढून धरत असली पाहिजे.

वडलांचे दिवस झाले. भादरलेलं डोकं टोपीखाली झाकून मी मुंबईला गेलो. रोजची भाकरी मिळविण्यासाठी धडपडू लागलो.

माझ्याबद्दल आईला विशेष असा विश्वास वाटल्याचंही याच काळात मला दिसलं. या विश्वासाला मी मात्र अपात्र ठरलो. त्याची खंत मला कधीही विसरता आली नाही.

धावतपळत असाच एकदा मी गावी गेलो असताना आई मला म्हणाली, "अखेर माझ्या आईवडलांनी मला दिलेली जमीन या मुलानं विकून टाकली. त्यातले थोडेफार पैसे माझ्या हातावर ठेवलेत, ते माझ्यापाशी इथे राहायचे नाहीत. कोणी ठेवायचं नाही. यांच्या संसारात रोज एक नवी अडचण उभी राहते. नड पडली की माझ्याजवळ रडतील. पैसे घेतील आणि पुन्हा परत करायला त्यांना काही सवड होणार नाही. तू हे पैसे तुझ्यापाशी ठेव."

असं म्हणून तिनं माझ्यापाशी आठ हजार रुपये दिले. मी ते घेतले आणि मुंबईला बँकेत ठेवून दिले. जेव्हा केव्हा ती मागेल, तेव्हा ते परत करावेत असं म्हणालो.

एका पावसाळ्यात मला गावाचं तातडीचं पत्र आलं :

*"मळ्यात वरून पाणलोट येऊन सगळी माती वाहून जाते आहे. ताबडतोब काही बांधबंदिस्ती केली नाही, तर फार नुकसान होईल. आईचे तुझ्यापाशी जे पैसे आहेत, त्यांपैकी दोन हजार रुपये ताबडतोब पाठवावेत."*

मी पैसे पाठवून दिले.

पुन्हा काही महिन्यांनी थोरल्या भावाकडून चिठ्ठी घेऊन माणूस आला. त्यातही असंच कारण होतं :

*"मळ्यात ओढ्याकडील बाजूस फरशी बांधायची आहे. ताल फोडून पाणी ओढ्यात जाईल. त्याऐवजी मोरी बांधून काढणं फार जरूरीचं आहे असा निरोप गावाकडून आला आहे. पंधराशे रुपये चिठ्ठी घेऊन येणाऱ्यापाशी द्यावेत."*

मी दिले.

हळूहळू आठ हजार रुपये संपून गेले. आईला काही पत्ता नव्हता. वर्षानुवर्षे तिने मला विचारलेही नाही. आपली ठेव दामदुप्पट होत आहे, या समजुतीखाली ती राहिली.

मलाच अपराध्यासारखं वाटत होतं. मीच तिला सांगून टाकलं.

तेव्हा ती फार हळहळली. म्हणाली, "मला वाटलं होतं, तू पैसे सांभाळशील. आता मला पंढरीत यात्रेला जायचं असलं तरी पोरांच्यावर अवलंबून राहावं लागेल."

तसंच पुढे घडलंही.

काही वर्षं आई 'माझी आईवडलांनी दिलेली भाकरी तुम्ही विकलीत.' ही गोष्ट घोकत राहिली आणि त्यावर कठोर उत्तरं ऐकत राहिली.

पुढे-पुढे ती चकार शब्दही काढेनाशी झाली.

वडलांच्या माघारी आई बरीच वर्षं माझ्या जन्मगावी होती. घरचा, शेतीवाडीचा

बराच कारभार तिच्या सल्ल्यानुसार चालायचा. आता सुबत्ता आली होती. तीन मुलं मिळवू लागली होती. बाकी दोघं उद्या हाताशी येणार होती. 'सगळे आपल्या मनाप्रमाणे खर्च करतात. मग मीच काटकसर कशाला करू?' असं म्हणून आई तडाखेबंद असा दानधर्म करायची.

हा कोण धोंडूबोवा रामदासी आला तर त्याला आदरानं ठेवून घ्यायचा. गोडधोड जेवू-खाऊ घालायचं. त्याच्याकडून देवाला अभिषेक, सत्यनारायण, हरिविजय, रामविजय असल्या पोथीचं वाचन करून घ्यायचं आणि चांगला आठ-पंधरा दिवस त्याचा सत्कार करून दक्षिणा, वस्त्र देऊन त्याला निरोप द्यायचा.

गोकुळाष्टमी आली की सारा गाव घरी बोलवायचा, भजन चालू ठेवायचं. पाळणा बांधायचा, सजवायचा. बायका बोलवायच्या आणि मोठ्या थाटामाटानं कृष्णजन्म साजरा करायचा.

सण-समारंभ, अतिथी-अभ्यागत, साधू-संन्यासी – सगळ्यांचा यथायोग्य परामर्श घेण्यात आईला विशेष आनंद वाटायला लागला.

– आणि मुलांना वाटायला लागलं, 'हा सगळा अनाठायी खर्च आहे. या धोंडूबोवाला धर्मग्रंथातली दोन अक्षरं तरी समजली आहेत का? त्याचा सत्कार कशाला? कोणी भोंदू साधू आला तरी त्याला धोतरजोडी कशाला? विठ्ठलाच्या वारीला जायचं तर शंभर-सव्वाशे रुपये कशाला लागतात? छे:! हिला काही कळत नाही.''

हळूहळू मुलं हे तोंडावरही बोलू लागली. वेळप्रसंगी चिडूही लागली. सुनाही पाठीमागं कुचुकुचु लागल्या. मुलं तोंडावर सूचक बोलली की आई म्हणे, ''अरे, तुम्ही समर्थ आहात म्हणून करते. नसता तर केलं नसतं. वडील होते तुमचे तेव्हा काय केलं? कोरांटीची फुलं वाहून, मूठभर तांदूळ पुढे ठेवूनच देवाला नमस्कार केलात ना?''

सुनांवर रागावली म्हणजे आई म्हणे, ''नऊ महिने ओझं मी वागवलं, मी खस्ता खाल्ल्या, दृष्टीची दोरी आणि हातांचा पाळणा करून पोरं मी वाढवली आणि आयत्या पिठावर रेघोट्या मारायला या आल्या. काल आल्या आणि आज मालकिणी झाल्या. माझी मुलं यांना फुकटात मिळाली.''

सुनांचं ती बिलकूल ऐकून घेत नसे; पण मुलं बोलली की ती फार घायाळ व्हायची.

थेट उठून पंढरपुरी जाऊन ऱ्हायची. मन शांत झालं म्हणजे घरी यायची.

गावी एकाच्या दोन सुना झाल्या. मुलंही एकाऐवजी दोन एकत्र राहू लागली. साहजिकच भांड्याला भांडं लागू लागलं. आवाज होऊ लागले.

बराच काळ आईनं आवाज सोसले आणि ते कान किटतील एवढे वाढले तेव्हा ती थेट उठून गाडीत बसली आणि थोरल्या लेकाकडे पुण्याला आली आणि राहिली.

गावी ऋतू ठळक जाणवायचे. उन्हाळा, पावसाळा, हिवाळा जाणवायचा. इथं ते सगळं सपाट होतं. तिथं काळाचा प्रवाह खडकावर आपटत, खाली कोसळत, कधी उड्या घेत, कधी फेसाळत वाहणारा होता. इथं तो संथ, शांत दोन्ही काठ बांधून काढलेला होता. तिथं रानं होती, इथं बाग होती. तिथं सकाळ कोंबडा आरवून व्हायची, इथं रेडिओच्या मंगलप्रभातानं होऊ लागली.

सुरुवातीचे काही दिवस तिला चुकल्या चुकल्यासारखं झालं; पण परिस्थितीशी जुळवून घेण्याचा गुण माणसापाशी असतोच. शहरी संस्कृती आणि शहरी जीवन आईनं लवकरच पचनी पाडलं.

आता थोरला आणि मधला अशा तिच्या दोन्ही मुलांची घरं पुण्यात झाली होती. ती कधीमधी चार दिवस राहायला म्हणून माझ्याकडे यायची.
वरवर काही दाखवायची नाही, पण या घरात तिला करमायचं नाही. घराचा मालक जो सकाळी लवकर उद्योगावर जायचा, तो संध्याकाळी उशिरा घरी यायचा. दोन पोरं शाळेला जायची. शाळेतून आली की खेळायला पळायची. आईला घर रिकामं रिकामं वाटायचं. आठ-पंधरा दिवस राहण्याचा विचार करून आलेली आई चौथ्या दिवशीच म्हणायची, ''जाते बाबा आता.''
''का गं? राहणार होतीस ना?''
''जाते आता. पुढच्या खेपेला आले म्हणजे राहीन.''

मी नीट उद्योगाला लागलो. माझं स्वत:चं घर झालं. मी कुठंकुठं देशी-परदेशी जाऊन आलो हे सगळं बघून आईला आनंद होई.
मला म्हणायची, ''तुझी फार काळजी होती मला. शिवल्या पाखरासारखा वेगळा पडलास. तुझं नीट कधी होईल, कधी मार्गाला लागशील असं वाटायचं....''
मी काहीतरी कामासाठी म्हणून गेलो आणि ऋषिकेश, हरिद्वार करून गंगेत स्नान करून एक गंगेचा गडू घेऊन आलो.
मी कुठं कामासाठी बंगलोरला गेलो आणि सहज शक्य होतं मला म्हणून तिरुपतीला जाऊन आलो. आईला अचंबा वाटायचा. म्हणायची, ''अरे, आजोबांनी तुझ्या काही नवस केला होता. उभा जन्म त्यांना कधी तिरुपतीला जाणं झालं नाही. त्यांचा नवस पुरा करायला जाऊ-जाऊ म्हणत 'ह्यां'नी बघ पुरणाची पोळी कधी

खाल्ली नाही. जाणं काही घडलं नाही आणि तू आता सहज जातोस आणि गंगास्नान करून येतोस. सहज उठतोस आणि तुळजापुराला जाऊन येतोस.''

''आई आता प्रवास पूर्वीसारखा अवघड राहिला नाही.''

''होय रे, पण हे नशिबात लागतं. लोक ज्योतिष्याला विचारतात बघ, माझ्या कुंडलीत तीर्थयात्रेचा योग आहे का म्हणून!''


आता तिला देवधर्म करावा, चारीधाम यात्रा करावी असं फार वाटायचं. सारखी घोकायची.

मी एकदा म्हणालो, ''चल, मी तुला सगळीकडे नेऊन आणतो.''

तर म्हणाली, ''थोरला लागतो बाबा सोबत. थोरल्या मुलाला बरोबर घेऊन सगळं करायचं आहे मला.''

ही तिची इच्छा शेवटपर्यंत काही पुरी झाली नाही.

□

## । नऊ ।

अगदी लहान वयातच मराठी चवथीला होती तेव्हा माझी धाकटी बहीण शिक्षणासाठी थोरल्या भावाकडे आली. बी.ए. झाली, एम.ए. झाली.

ही दिसायला अगदी बेताची होती. त्यात हळूहळू स्थूल होत गेली. राहण्या-वागण्यातला चुणचुणीतपणाही तिच्यापाशी नव्हता; पण ही मनानं फार जिद्दी होती. आता लक्षात येतं की, ती फार हळवीही असली पाहिजे.

ती मॅट्रिक झाली तेव्हापासून आईनं सूतोवाच करून ठेवलं होतं, ''पोरींची लग्नं वेळच्या वेळी व्हावीत. जसजसं वय वाढतं, तसतशा त्या रूपानं विटत जातात. हिचं आता जमवून टाका कुठेतरी.''

माझ्या थोरल्या भावानं कुठं कुठं खडे टाकून पाहिले. परिचयातली जी चांगली होतकरू मुलं होती, त्यांना कुणाकुणाकडून विचारून पाहिलं. अनेक नकार आले तेव्हा विनोदानं तेही म्हणू लागले, ''पोरीचं बाशिंगबळ जड आहे.''

पण वाटायचं, एके दिवशी पटकन जाईल जमून. तोवर शिकू दे. करता करता ती फारच थोराड दिसू लागली. अधूनमधून तिला फिट्स येऊ लागल्या.

डॉक्टर म्हणाले, ''लग्न झाल्यावर हा आजार जाईल.''

वडलांचा दम्याचा वारसाही तिच्याकडे आला होता. अधूनमधून तिचा दमाही

उचल घ्यायचा. घरात धावपळ व्हायची. कधी फिट्स, कधी दमा असं आलटून पालटून चालायचं. तिचं लग्न हा एकच ध्यास मग आईनं घेतला. वारंवार चिकाटीनं हा विषय ती काढत राहिली.

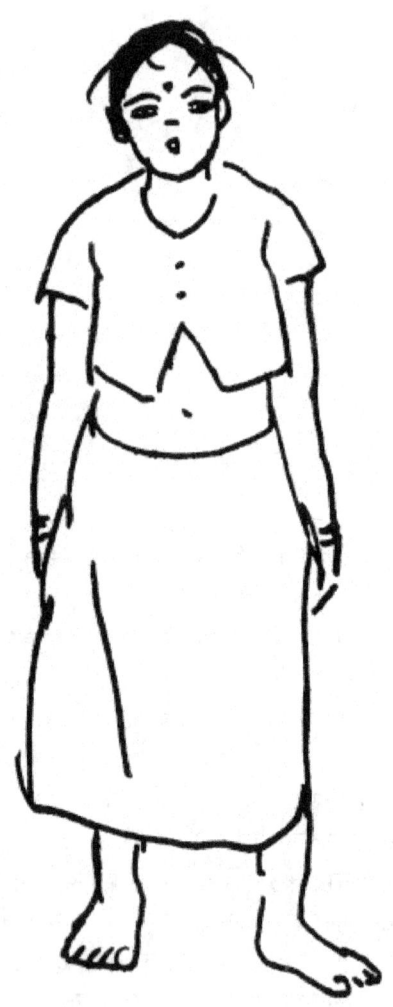

माझा थोरला भाऊ एकवार रागावून म्हणाला, "काय करायचं बाकी ठेवलं आहे? नाना परीनं प्रयत्न चालूच आहेत. त्यातून जर तिचं नशीबच असं असेल, तर राहील तशीच. आणखी काय?"

आई सगळ्यांना म्हणायची, ''अरे, काहीतरी करा. लवकर बघा. तुमच्या रोजच्या धावपळीत दिवस भराभर निघून चाललेत.''

मलाही तिनं कळवळून सांगितलं, ''बघितलं पाहिजे. तिचा बाप असता तर गप्प बसला असता का? त्यानं उंबरे झिजवले असते, जोडे फाडले असतेच ना? तुम्हीही बहिणीसाठी हातातली कामं बाजूला टाकून धावा थोडं. काही बिघडत नाही. कसला तू भाऊ? एवढं सुद्धा होऊ नये तुझ्या हातनं?''

आई जेव्हा फार बोलली तेव्हा मी वरसंशोधनाच्या कामाला फार मन:पूर्वक लागलो. मला कसला अनुभव नव्हता. मदतीला कोणी नव्हतं. पण वरांच्या याद्या मिळवून मी घरोघर जाऊन भेटू लागलो. अनेक अनुभव झाले. मुलीचं लग्न जमवणं ही किती कठीण गोष्ट आहे. लोक कसे वागतात, कसे अपमानित करतात या सगळ्याचा अनुभव आला.

– आणि शोधता-शोधता एक सज्जन मुलगा मला भेटला. हा रूपागुणानं चांगला होता. स्वभावानं सज्जन होता. बरी नोकरी होती. त्यानं होकार दिला.

म्हणाला, ''वडलांशी बोला.''

हे वडील जुन्या वळणाचे. उत्तम व्यवहार जाणणारे होते. मुलाला आई नव्हती. लहानपणीच वारली होती. वडलांनी मुलगी पाहिली. पसंत केली आणि म्हणाले, ''लगेच याद्या करा. आम्हाला थांबायला वेळ नाही.''

माझ्या घरात त्या वेळी वडील माणूस कोणी जागेवर नव्हतं. आई गावी होती. थोरला भाऊ कामासाठी हैद्राबादला गेला होता. वहिनी माहेरी गेल्या होत्या.

मी म्हणालो, ''आठवडाभर थांबा. त्यांना येऊ द्या. मग ठरवू.''

ते म्हणाले, ''आम्हाला वेळ नाही. दोन दिवसांत याद्या झाल्या पाहिजेत.''

मला याद्या म्हणजे काय, त्या कशा करायच्या असतात काही ठाऊक नव्हतं.

विचार कर कर केला. आमच्या कुटुंबाला जवळचे, चांगले धनंतर, अनुभवी असे एक गृहस्थ होते, त्यांना जाऊन विनवणी केली.

''इथं कोणीही वडील माणूस नाही. मला काही अनुभव नाही. उशीर झाला तर हे चांगलं स्थळ हातचं जाईल असं मला वाटतं. तुम्ही मला सल्ला द्या. माझ्याबरोबर चला.''

ते 'बरं' म्हणाले.

एका सकाळी आम्ही दोघं गेलो.

मुलाच्या वडलांनी ज्या ज्या अटी घातल्या, त्या त्या यांनी धडाधड मान्य केल्या.

''दोन्ही बाजूंनी लग्न तुम्ही करायचं.''

"कबूल...."

"अमुकअमुक माणसं येतील, त्यांचा भाडेखर्च द्यायचा."

"कबूल...."

"वीस तोळे सोनं मुलीच्या अंगावर घालायचं."

"एकवीस घालू!"

चर्चेला काही जागाच राहिली नाही. लग्न ठरलं. जिना उतरल्यावर हे मला म्हणाले, "आपल्याला जमवायचं होतं. मग वाद कशाला?"

घरच्या माणसांनी मला वेड्यात काढलं, "असं कसं ठरवलंत? ते वाटेल ते म्हणाले तरी आपण अंथरूण पाहून नकोत का पाय पसरायला? वीस तोळे म्हणजे झालं काय?"

मी फार खजील झालो. म्हणालो, "मी देईन."

एवढं सगळं झालं आणि एका वाईट संध्याकाळी मला एका भल्या माणसानं बातमी दिली, "अहो, तुम्ही नीट चौकशी केलीत का?"

"का बरं?"

"मुलगा कानानं बहिरा आहे. आज थोडा असलेला बहिरेपणा उद्या जास्ती झाला तर तुम्हाला केवढं अपयश येईल!"

मी विलक्षण अस्वस्थ झालो. मनात सारखं येऊ लागलं की, असल्या बातम्या या सहसा खोट्या नसतात. केवढ्या प्रयत्नानं मी सगळं ठरवलं. भराभर याद्याही करून टाकल्या. मुहूर्त ठरविला. कार्यालय नक्की केलं. पत्रिका छापायला दिल्या. आता काय करू? कुणाला सांगू? आधीच सर्वांनी मला बोल लावला आहे. हे सांगितलं तर केवढं हसं होईल आणि त्या बापड्या पोरीचं काय?

फार लहानपणी पाहिलेलं गोळे-गोळीणबाई हे जोडपं सारखं नजरेपुढे येऊ लागलं.

झोप उडाली.

कोण खरं सांगेल? कुणाला विचारू? कोण सांगेल मला की हे साफ खोटं आहे!

हा सज्जन मुलगा नगर जिल्ह्यातल्या एका तालुक्याच्या गावी विस्तार योजनेत नोकरी करीत होता.

पहाटे देवाला नमस्कार करून मी सकाळची पहिली बस पकडली आणि थेट त्या गावी पोहोचलो.

मुलगा खेडेगावात एका लहानशा घरात राहत होता.

मला पाहताच चकित झाला. मोकळ्या मनानं त्यानं माझं स्वागत केलं.

इकडचं तिकडचं बोललो. हा विषय कसा बोलू?

उन्हं उतरली.

तोच म्हणाला, "चला, गावाबाहेरून फिरून येऊ."

आता मला आवाजातला फरक, चेहऱ्यावर दिसणारी एकाग्रता, नुसतं स्मित करून मान डोलविण्याची पद्धत हे लक्षात येऊ लागलं.

मनोमनी फार नर्व्हस झालो. वाटलं, चुकलो!

गाव मागं पडलं. अरुंद असा गाडीरस्ता होता. आजूबाजूला हिरवी रानं, स्वच्छ मोकळी हवा, झुळझुळीत मोकळं आकाश.

चालता चालताच मी सगळं धैर्य एकवटून म्हणालो, "मी मुद्दाम आज तुमच्याशी बोलावं म्हणून आलो. रागावू नका. माझ्या जागी तुम्ही असता, तर तुम्हीही माझ्यासारखेच अस्वस्थ झाला असता. मला असं कळलं की, तुम्हाला ऐकू कमी येतं, खरं का?"

"खरं आहे. पण फार थोडं. माझ्या डाव्या कानात काही आजार होऊन कमी ऐकायला येत होतं. त्यावर मी दोन वर्षं उपचार करून घेतले आहेत. आता तो दोष गेला आहे. अगदी थोड्या प्रमाणात राहिला आहे; पण तज्ज्ञाचं म्हणणं असं आहे की, तोही हळूहळू जाईल."

मी वाटेवरच गप्प उभा होतो. खाली पाहत ऐकत होतो.

ते म्हणाले, "तुमची मन:स्थिती मला कळू शकते. तुम्ही काळजीत पडू नका. इतकंच सीरिअस दुखणं असतं, तर मी आपणहून तुम्हाला सांगितलं असतं."

मला त्या शब्दांतला, आवाजातला खरेपणा जाणवला.

"ज्यांनी माझ्यावर उपचार केले, त्या डॉक्टरांकडे आपण जाऊ या का? ते तुम्हाला सगळं समजावून सांगतील. तुमची चिंता कमी होईल."

"नको, तुम्ही सांगता आहात तेवढं पुरे."

माझ्या मनावरचा भार पुष्कळसा कमी झाला.

खूप धुमधडाक्यानं लग्न झालं. घरची सगळी माणसं एकत्र जमा झाली. हास्यविनोद झाले. पाहुण्यांनी थोडंफार भांडणही केलं. आई म्हणाली, "चालायचंच. लग्नकार्यात नारद येऊन उभा राहतोच. त्याचं काय मनाला लावून घेता?"

नव्या जोडप्यानं आईला नमस्कार केला. तिनं घसघशीत आशीर्वाद दिला.

मग मला म्हणाली, "छान आहे रे मुलगा! उंचापुरा, धिप्पाड. स्वभावानंही

सज्जन वाटला. तू मनावर घेतलंस म्हणूनच जमलं बाबा.''

आपण उगीचच काळजी करतो. लहान-लहान गोष्टींकडे बघताना असलं काही भिंग वापरतो की, मुळातलं काळं मांजराचं पोर मोठं, दगाबाज, काळ्या बिबळ्यासारखं दिसू लागतं. आपण भिऊन जातो. मला काळजी होती तसं काही झालं नाही. म्हातारे वडील गेल्यानंतर एकाकी झालेल्या आपल्या नवऱ्याला माझ्या बहिणीनं छान जीव लावला. कुठे-कुठे त्याच्या बदल्या झाल्या. ही एम.एड. झाली. दोघंही नोकरी करू लागले. प्रत्येक भाऊबिजेला मी आणि माझा मोठा भाऊ आवर्जून ती जिथं असेल, तिथं जात असू. दुपारी तिच्या हातचं गोडधोड खाऊन, संध्याकाळी तिच्याकडून ओवाळून घेऊन, एखादी रात्र मुक्काम करून येत असू.

एवढा एवढासा दोघा राजाराणींचा संसार चांगला चालला होता.

वर्षांमागून वर्षं गेली.

माझ्या बहिणीला मूल झालं नाही.

हीही चिंता आईनं किती वाहावी?

''सगळं चांगलं आहे, पण तिला लेकरू नाही...'' असं वारंवार ती आमच्यापाशी कष्टानं बोलून दाखवायची.

''अजून वय आहे, होईल...'' असं म्हणत काही वर्षं गेली आणि मग मात्र तिनं आशा सोडली. म्हणायची, ''नशिबातच नसलं तर खंत करून काय करायचं?''

पण या उद्‌गारातही खंत जाणवायची.

तिचा लळा घरातल्या सगळ्या लहान मुलांना होता. आत्या सगळ्यांना आवडायची. सगळ्यांचं करायची. पोरात पोर व्हायची. हसून खेळून असायची.

मग तिच्या मनानं घेतलं की, दोन भावांचे बंगले पुण्यात झाले, तसं माझंही लहानसं घर मी करेन आणि दोघंही जिद्दीनं त्याच्यामागे लागले. काटकसर करायचे. एवढ्याशा खोलीत राहायचे. आम्ही म्हणायचो, ''कशाला घर, एवढा खटाटोप करून? गैरसोय सोसून घर बांधायचं आणि म्हातारपणी त्यात राहायला जायचं....''

ती आमचं बोलणं हसण्यावारी न्यायची.

अखेर तळेगावला गावाबाहेर लहानशी जागा घेतली. बांधकाम सुरू झालं. वर्षभरात बंगला पुराही झाला.

अधूनमधून भावांच्या मुलांना घेऊन ती तिथं जायची. चार दिवस राहायची, असं सुरू होतं.

नवरा आता चांगल्या हुद्यावर होता.

कोकणात बदली झाली. छान गाव होतं.

– आणि ध्यानीमनी नसताना धाडकन एके दिवशी पुण्याला फोन आला : मेव्हणे हार्टफेलनं गेले!

त्या बापडीचं सगळं जगच उद्ध्वस्त झालं.

आईनं तिला आपल्या जवळ आणून ठेवलं. नाना परीने शांतवन केलं. पण या धक्क्यानं ती फार सैरभैर झाली. तिच्या तोंडावरचं कारुण्य आणि डोळ्यांतली भीती कधीही गेली नाही. म्हणायची, "आता काय करायचं आहे जगून मला? काय राहिलंय माझं आता इथं?"

मूल नाही याबद्दलची तिची खंत जावी म्हणून आईनं तिला जवळ बसवून पाठीवर हात फिरवून एकवार सांगितलं होतं, "बाई, या जगात जन्माला येऊन, स्त्रीच्या जातीला वेगवेगळ्या भूमिका पार पाडाव्या लागतात. बायको म्हणून, बहीण म्हणून, सून म्हणून, आई म्हणून. त्यातली आईची भूमिका नाही आपल्या वाट्याला आली, म्हणायचं; आणि मन दुसरीकडे गुंतवायचं. पाहिजे तर एखादं अनाथ मूल सांभाळ. मोठं कर. त्याचं शिक्षण कर. त्यात मन रमव. खंत करून काय लाभ आहे?"

मुलीच्या कपाळाचं कुंकू गेल्यावर तिला पोटाशी धरून आई म्हणाली, "आता तुला समजावू तरी काय, सगळा उन्हाळाच वाट्याला आला गं तुझ्या!"

महिन्यामागून महिने गेले पण हिचं दुःख कमी न होता हळूहळू वाढत गेलं. 'मी आता कशाला राहू?'

हा एकच प्रश्न सगळं जीवन व्यापून राहिला.

सगळ्यांना वाटत होतं फार धक्का बसला आहे हिला. हळूहळू विसरेल दुःख, काळासारखं दुसरं औषध नाही. पण हे औषध माझ्या बहिणीला उपयोगी पडलं नाही. आपल्याला आता इथं राहायचं नाही, जायचं आहे या एकाच ठाम निर्धारानं तिला भारून टाकलं. आजूबाजूच्या जगाशी तिचा संबंध कमी कमी होत चालला. डोळे वटारून ती तिच्या जगाकडे बघत राही आणि आम्हाला वाटे, तिनं भडाभडा बोलावं, रडावं. पण ती मुळी गप्पच राहिली.

इतकी माणसांची लाघवी, इतकी मुलांची लाडकी पण सगळ्यांकडे तिऱ्हाईतासारखी बघायला लागली. जणू काही हिची कुणाशीच ओळख नाही. ही माणसं तिला अपरिचितच आहेत.

मुलं म्हणू लागली, "आत्याजवळ जायची आम्हाला भीतीच वाटते."

जी मुलं तिनं अंगाखांद्यावर खेळविली होती, ज्यांना न्हाऊमाखू घातलं होतं,

ज्यांची बाळोती धुतली होती, ती मुलं तिला भिऊन राहू लागली.

आई आता आजारीच असे. मोठ्या मुलाच्या घरी एका बाजूच्या लहानशा खोलीत तिचं अंथरूण होतं. नवरा गेल्यामुळे सैरभैर झालेल्या या मुलीला ती आपल्याजवळ झोपवून घेई.

मध्यरात्री आईला जाग येई तर ही दार उघडून आभाळाकडे बघत उंबऱ्यात बसलेली दिसे.

"का गं झोप येत नाही का?"

"हं."

"ये माझ्याजवळ."

आईच तिला उठवून आत आणायची, दार लावून टाकायची आणि काळोखात तिचा ओला आवाज येत राहायचा. आई हरिपाठ म्हणत राहायची....

'कोणाचे हे घर, हा देह कोणाचा,
आत्माराम त्याचा, तोचि जाणे।।

मी-तू हा विचार विवेके शोधावा,
गोविंद, माधवा, याच देही।।

देही ध्याता ध्यान त्रिपुटी वेगळा,
सहस्रदळीं उगवला सूर्य जैसा।।

ज्ञानदेव म्हणे, नयनाची ज्योती,
या नावे रूपे ती तुम्ही जाणा।।'

घराच्या मागच्याच बाजूला रेल्वेचे रूळ होते. धाडधाड आवाज करीत गाडी यायची आणि जायची. काही क्षण ज्ञानदेवाचे शब्द या धडधडाटात बुडून जायचे. गाडीचा आवाज लांब गेल्यावर पुन्हा वर यायचे.

एके दिवशी पहाटे आई जागी झाली तर मुलगी अंथरुणावर नव्हती. कुठे गेली?

कालचा दिवस मंगळवारचा होता. महिन्यातला तिसरा मंगळवार. याच वारी तिचा पहाडासारखा पुरुष काळानं ओढून नेला होता. तिसरा मंगळवार आला की, सकाळपासून ही पोर माशासारखी तडफडायची. 'हाय रे माझ्या दैवा, हाय रे नशिबा' असं तिला व्हायचं. काल ती तशीच तडफडली होती. सगळं घरदार तिला दिवसभर

शांत करत होतं.

रात्री उशीरपर्यंत आई तिला काहीबाही सांगत जागली होती. पहाटे-पहाटे आईचा डोळा लागला होता. ही गेली कुठं? मागलं दार उघडं होतं. अंगणात तुळशीकट्ट्यावर बसली का? नाही. आईनं इकडं-तिकडं शोधली आणि शेवटी नातवंडाला जागं करून म्हणाली, ''आत्या कुठं गेली बघ रे....''

झोपेनं जडावलेल्या डोळ्यांनी पोरगा बागेत हिंडला आणि परसदाराच्या कुंपणाबाहेर, रेल्वे-रुळांवर त्यानं नजर टाकली तर रुळांच्या चकचकीत अशा दोन रेघांच्या अलीकडं, मोठमोठ्या खडीवर आत्या पडलेली दिसली. कुठं जखम नव्हती. रक्ताचा शिडकावा नव्हता.

गाडीचा धक्का लागून व्हायची ती मोडतोड आतल्या आत झाली होती. बाहेर काही खुणा नव्हत्या.

काही विशेष वाद झाला म्हणजे आई म्हणे, ''अरे काय झालं, एवढं आईसाठी सोसलंस म्हणून! तुझा भार नऊ महिने वाहिलाय मी.''

आज मला वाटतं नऊ महिने का वयाची ऐंशी वर्षं तिनं भारच सोसला. नऊ महिने अंगावर सोसला. पुढे सतत मनावर सोसला. तिची आठ मुलं म्हणजे वेगवेगळ्या प्रकारच्या आठ समस्या होत्या. नियतीनं तिला घालून ठेवलेली ही आठ 'कोडी' होती.

पैकी एक शेवटचं कोडं पडलं, पडलं आणि अडीच तीन वर्षांत कायमचं सुटून गेलं. भार वाहावा लागला तो आठवणींचा. सगळ्याच बाबतीत आई आठवणीची फार धड होती. तिला सगळं स्वच्छ तपशीलासह आठवत असे. कुणाही मुलाचा जन्म विचारला तर ती सगळा तपशील अचूक सांगायची. चैत्राचा अधिक महिना होता. वेळ मध्यानरात्रीची होती. नाथाष्टमीला पाचवी होती. असा माझ्या जन्माचा तपशील ती सांगायची. माझ्याच काय, सर्वांच्याच जन्माचा सांगायची. हा तपशील बहुधा प्रत्येक आईच्या आठवणीत शिलालेख होऊन राहत असेल, पण बाकी प्रसंगही तिला टळटळीत असे आठवायचे.

वारंवार तिला होणारे नाना प्रकारचे भास हाही तिच्या विलक्षण कल्पनाशक्तीचाच खेळ असला पाहिजे. रोजचं जीवन इतकं कष्टाचं, इतकं काळोखाचं होतं की, त्यातून बाजूला जाण्यासाठीही तिचं मन हा भासाचा खेळ मांडून त्यात रमत असावं.

वडलांची नोकरी संपली. आई गावी राहायला गेली आणि तिथून पुढे हा खेळ कायमचा गुंडाळला गेला. नंतर कधी तिला कसले भास झाल्याचं मी ऐकलं नाही. पुढे तिचं मन वास्तवातच रमलं.

माझी सर्वांत थोरली बहीण स्वभावानं फार गरीब होती. चोरांनी जरी म्हटलं, 'आक्का, या की आमाला सोबत' तरी 'हो, आल्ये हां बाबांनो' म्हणून जाईल अशी. रुपानं अगदी सुमार. काळा रंग. उंचीनं बेताचीच. कसलाही आकर्षकपणा नाही. एवढं असल्यावर 'देवी'सारखा आजार यायची काही जरूरी होती का? पण आला आणि चेहऱ्यावर ठोके टाकून गेला.

चार अक्षरं शिकली. वयात आली. पंचक्रोशीतच नात्यात दिली. एक सासरा सोडला तर हिला एकूण एक माणसं राक्षसगणापैकी मिळाली. नवरा, सासू, नणंद. ही माणसं क्रूर होती. काही लहान पोरं जशी फुलपाखरू पकडतात आणि त्याचे पंख तोडतात, सोडून देतात. तो जीव धडपडायला लागला की टाळ्या पिटतात, तसं या सर्वांचं असे. बिचाऱ्या आक्काला त्यांनी नाना तऱ्हांनी वर्षानुवर्ष छळलं आणि ही मुकाट छळ सोसत राहिली. हिच्या पोटची मुलं? तीही सूड घ्यावा तशी आईला छळायची. सतत रडायची. दिवसा काखेवर आणि रात्री पाठीशी पोरं टाकून ही बघावं तेव्हा दोन पायांवर उभी असायची. हिचा नवरा पोस्टमास्तर होता. शाळा-मास्तर आणि पोस्ट-मास्तर अशी जोडचाकरी हा बजावायचा. लहानशा गावातलं लहानसं घर. त्यातच एका खोलीत पोस्ट. गावातले बरेच गोरगरीब लोक जगण्यासाठी देशोधडी गेले होते. कोणी मिलमधल्या तरासन खात्यात, कोणी गोदीत हमाल, कोणी फलटणीत शिपाई. ते महिन्याच्या महिन्याला इकडे मनिऑर्डरी, रजिस्टरं पाठवायचे. बरीच रक्कम पोस्टात यायची.

एकदा कोणी डोळा ठेवला आणि चोरी केली. त्याचा वहीम मास्तरवरच आला. काही काळ खात्यानं त्यांना बडतर्फ केलं. चौकशी सुरू झाली. ते सगळं प्रकरण निस्तरता निस्तरता आक्काचे केस पांढरे झाले. काही वर्षं हा चिंतेचा भार आईलाच वाहावा लागला.

पुढे मुलं लहानधाकटी असतानाच नवरा मरून गेला. सहा मुलं हिलाच वाढवावी लागली.

वडिलार्जित जमिनी विकून नाना हालअपेष्टा काढून मुलं शिकली. तिन्हीपैकी दोघा मुलांची लग्नं झाली. मुलं चारी दिशांना पांगली. ही त्या आपल्या कुग्रामात एक वातीसारखी पोरगी घेऊन वर्षानुवर्षं राहिली.

आईला सतत हिचं कसं होईल ही काळजी. मुलांना आईचा सारखा लकडा. "अरे, तिला आणा चार दिवस माहेरी. अरे, तिला धान्य पाठवा. अरे, तिला साडी-चोळी धाडा, तिच्या मुलांना शिक्षणाला मदत करा."

बरं, या मुलीचं नशीब असं खडतर की, तिला सुस्थिती अशी कधी आलीच नाही.

मुलं शिकली. कुणी त्या लांबच्या गावाला तलाठी, कोकणातल्या लहान खेड्यात मास्तर अशा नोकऱ्या लागल्या.

आज या मुलाकडं, उद्या त्या मुलाकडं अशी ही हिंडत राहिली.

वय झालं आणि सर्वांत आधी दोन्ही कान गेले. काही ऐकू येईनासं झालं.

आई म्हणाली, "अगं मी तुझी आई धडधाकट आहे आणि तूच कशी बहिरी झालीस?"

भावांना बघावं वाटलं म्हणजे ही माझी मायाळू बहीण एकटीच मोटारीत बसून कुठल्या कुठे यायची.

भावांचे भरले संसार बघून तृप्त व्हायची.

ऐकू यायचं नाही. त्यामुळे फार बोलणं व्हायचं नाही. ही सगळी हसून साजरं करायची. स्पर्शानं बोलायची.

दुपारी स्वतःत बुडून एकटीच तासन्तास बसून राहायची.

रात्री अंथरुणावर पडल्या पडल्या, 'धाव रे, रामराया, किती अंत पाहाशी, प्राणान्त मांडियेला, न ये करुणा कैशी', असं काहीबाही म्हणत म्हणत झोपी जायची.

भल्या पहाटे जागी झाली की अंथरुणावर बसून भूपाळ्या म्हणायची.

माझे धाकटे मेव्हणे वारले, धाकटी बहीण वारली आणि घरातल्या वजाबाकीला सुरुवात झाली.

कोकणातल्या लहानशा गावात सकाळी लवकर उठून, हातात फुलाची परडी घेऊन देवाला फुलं आणायला म्हणून ही बाहेर पडली आणि परत आली नाही.

वाट बघून मुलगा शोधायला गेला तर लहानशा तळ्याकाठी फुलं काढता काढता पाय घसरला. डोकं तेवढं पाण्यात पडलं होतं आणि एवढ्याशा घोटभर पाण्यात ही गुदमरून गेली होती.

ती परडी, तिच्यातली तांबडीभडक द्राशाळीची फुलं, अंगावरचं धूतवस्त्र....

आईनं हाही आघात झेलला. अजून खूप झेलायचे होते.

तो पायाला आगपैण झालेला नागू. हा पुढे चांगला तरतरीत, गोरापान, ताठ चालणारा पोर झाला. थोडंफार गावी, थोडं पुढचं तालुक्याला शिकला आणि हायस्कूल-कॉलेजसाठी म्हणून शहरात येऊन राहिला. पण मधेच कूळकायदा आला. एवढी कष्टानं लागवडीला आणलेली वडिलोपार्जित जमीन, फुकट कुळाच्या घशात जाईल या भीतीनं माझ्या मोठ्या भावानं शिक्षण सोडून देऊन याला आपल्या खेड्याकडे पाठवलं. हाही गेला.

वर्षामागून वर्ष चिखलात राबला. याचा उभा जन्म आता रुमणं हाती धरूनच

जाणार म्हणून आई शेवटपर्यंत हळहळत राहिली. तिचं भाकीत होतं की, हा मवाळ आहे, तुझं इथं काही नाही असं थोरल्यांनी गुरकावल्यावर हा कुठं जाईल? त्याला डोकं ठेवायला कुठं जागाच राहणार नाही.

याचं लग्न झालं. याला चार मुलं झाली.

काळजी चारपटीनं वाढली.

मुलामुलींची शिक्षणं, त्यांची लग्नं कधी होतील? कशी होतील?

तो एवढा एवढासा बडे! मोठा झाला. उत्तम शिक्षण त्याला मिळालं. आपल्या हुशारीनं तो नोकरीला लागला. भराभर चढला. एका मोठ्या शिक्षणसंस्थेचा डायरेक्टर झाला. हा काल उगवला आणि आज झाड झाला म्हणून त्याला बरेच शत्रू निर्माण झाले. स्थानिक राजकारण रंगलं.

वृत्तपत्रांतून निंदा-नालस्ती झाली.

नाही नाही ते आरोप झाले. हा आपल्या जागेचा राजीनामा देऊन वर्षभर घरी बसला. पंख तोडलेल्या पाखरासारखी त्याची स्थिती झाली.

कसं होतं आणि कसं झालं म्हणून आईनं फार जिवाला लावून घेतलं.

'ॠतुचक्र'मध्ये दुर्गाबाई भागवतांनी एका पक्षिणीची हकिकत सांगितली आहे. ही काडी-काडी जमवून झाडावर घरटं बांधते. ते आपल्या पोरांना रुतू नये म्हणून अस्तरासाठी गुंतवळ घेऊन येते. ही गुंतवळ सोडवत फांदीवर बसते. सोडविता सोडविता तिची बोटंच गुंततात. गुंतवळीचे वेढे फांदीभोवती बसलेलेच असतात. इतका वेळ गुंतवळ सोडविण्याची खटपट करणारी पक्षिणी आता स्वत:ला सोडवू बघते. अधिक अधिकच गुंतत जाते आणि उलटी होऊन फांदीला लटकत राहते. मरून जाते. उन्हापावसानं देह वाहून जातो आणि एकच पाय तेवढा कित्येक दिवस लोंबकळत राहतो.

प्रत्येक आई काही प्रमाणात अशीच गुंतवून घेत असली पाहिजे.

आता वयोमानाप्रमाणे आई आजारी असायची. कधी गुडघाच सहा सहा महिने दुखत राहायचा. ही नाना औषधं घेत राहायची.

पोट तर नित्य दुखायचं. फार ठणका लागला म्हणजे गरम पाण्याची पिशवी करून शेकायची. शेकणं हे छत्तीस आजारांवरचं गुणकारी औषध आहे असं म्हणायची. या शेकण्या शेकण्यानं पोटाची केवढी तरी जागा करपून गेली होती. दृष्टी कमी झाली, मोतीबिंदू झाला. बराच काळ तिनं तो वागवला. पुढे पुढे काहीच

दिसेनासं झालं.

मी गेलो म्हणजे जवळ बसून अंग चाचपायची आणि म्हणायची, ''बघ, तू बसला आहेस ना, पण मला काही स्वच्छ असा दिसत नाहीस.''

त्या तिच्या खोलीत अनेक औषधांच्या बाटल्यांचा पसारा असायचा. जपाची माळ असायची. साधुपुरुषांच्या, देवतांच्या तसबिरी असायच्या. पांघरुणाचा गळाठा, हातात आधारासाठी घ्यायची काठी असायची.

कधी बरी असायची, कधी अशक्त होऊन पडून असायची.

माझ्या परिचयाचे चांगले प्रसिद्ध डॉक्टर होते, ते उपचार करायचे. त्यांना म्हणायची, ''माझं पोट हे एकवार दुखायचं थांबवा आणि तुमचं तोंड मला नीट दिसेल असं करा. या डोळ्यानं मला फार अंधूक दिसतं.''

''हॉस्पिटलमध्ये राहाल का आठ-पंधरा दिवस?''

''हो, राहीन.''

''डोळ्यांचं ऑपरेशन केलं तर चालेल का? सहन कराल?''

''हो, करेन.''

आपला एक एक अवयव निकामी होत चालला आहे, हे तिला स्वीकारायला जड जात होतं. जीवनाला घट्ट मिठी मारून राहावं असं तिला वाटत असलं पाहिजे.

कुणाला नाही वाटत?

हॉस्पिटलमध्ये राहिली, डॉक्टरांनी लिव्हरचा तुकडा काढून तपासला आणि मला म्हणाले, ''सिऱ्हॉसिस आहे. काय करणार आपण या वयात? औषधं चालू ठेवायची. त्यांच्यापाशी रोगप्रतिकारशक्ती जबर आहे. आणखी तीन वर्षं तरी काळजी करू नका.''

डोळ्यांचे डॉक्टर मला म्हणाले, ''आता एकवार पुन्हा त्यांना विचारू या. तेव्हा म्हणाल्या असतील, 'ऑपरेशन करू' आता काय म्हणतात बघू.''

आम्ही दोघंही खोलीत गेलो. पडूनच होती.

''आई, हे डोळ्यांचे डॉक्टर आलेत.''

''या.''

''कसं आहे आता?''

''बरं आहे पुष्कळ. पोट दुखत नाही. शक्ती असल्यासारखी वाटते. बरं आहे.''

''डोळ्याचं ऑपरेशन करू या का?''

"हो, करू या."

डॉक्टर मला एकीकडे म्हणाले, "स्वच्छ दिसण्याचं समाधान त्यांना मिळावं म्हणून करू या ऑपरेशन."

ऑपरेशन पार पडलं. आईला वाटलं होतं, लगेच स्वच्छ दिसेल. पण चश्मा लावल्याशिवाय दिसणार नव्हतंच. तो घातल्यावरही निराश स्वरात मला म्हणाली, "नाही रे पहिल्यासारखं दिसत."

तिला काय बरं पाहायचं होतं?

हॉस्पिटलमधल्या पंधरा दिवस राहण्याचा चांगला उपयोग झाला. डोळ्याला चाळिशी लावून, हातात काठी घेऊन हळूहळू आई अंगणात हिंडू लागली.

आपल्या दोन्ही मुलींची तिला आठवण यायची. खिन्न व्हायची.

''काय रे झालं पोरींचं! असं नको होतं व्हायला! गेली रे आक्की माझी....''

एवढं पुटपुटायची. तिच्या डोळ्यांतलं पाणीही आता आटून गेलं होतं. सुस्कारे सोडायची. तोच आक्रोश वाटायचा. म्हणायची, 'पाखरू उडून जावं, तशी माझी धाकटी लेक गेली....'

या दोन मुली गेल्या आणि आईनं जपाची माळ टाकून दिली. हरिपाठ, करुणाष्टकं – काही म्हणेनाशी झाली. तो तसबिरींचा पसाराही तिनं आवरून टाकला.

घरीदारी कोणीही मोठ्या आवाजात कण्हू लागलं की, त्याला 'देवाचं नाव घ्या...' असं दरडावून सांगणारी आई अजिबात देवाचं नाव घेईनाशी झाली. तिनं देवाचा एवढा मोठा राग केलेला मी कधीच पाहिला नव्हता.

– आणि तिचं आजारपण चालू असतानाच मोठा लेक आजारी झाला. साधा खोकला म्हणता-म्हणता त्या आजारानं पुढे अक्राळविक्राळ रूप घेतलं.

□

## | दहा |

एखाद्या भुसनळ्याप्रमाणे डोळे दिपवणारं आणि आजूबाजूचा काळोख उजळून टाकणारं या आपल्या मुलाचं कर्तृत्व आईनं फार जवळून पाहिलं होतं.

त्याचा सगळा प्रवासच तिच्या परिचयाचा होता. आपल्याला एकट्यालाच वरवर जायचं नाही, सर्वांना घेऊन जायचं आहे याची जाण याला होती. अगदी सुरुवातीपासूनच आपल्याला मिळालेल्या लाभाचा वाटा त्यानं लहानधाकट्या भावंडापर्यंत पोहोचविला होता. शिक्षणं केली होती, आजारपणं सावडली होती. लग्न-कार्य पार पाडली होती. कर्ज आणि देणी वारली होती. जमिनी लागवडीला आणल्या होत्या आणि घरं बांधली होती.

यानं घर मोठं केलं होतं. आडनाव मोठं केलं होतं. आपल्या लहानशा खेड्याला नकाशावर आणलं होतं.

महाराष्ट्राच्या सांस्कृतिक जीवनात केवढी तरी भर या एकट्या माणसानं घातली होती. यानं शेकडो चित्रपटकथा लिहिल्या. सुंदर-सुंदर अशी शेकडो भावगीतं लिहिली, गाणी लिहिली, स्वातंत्र्य-चळवळीत येण्याचे आवाहन करणारे स्फूर्तिप्रद असे पोवाडे लिहिले. परचक्र येताच अंगावर रोमांच उभे राहतील, मूठ उगारून शस्त्र उभारून रणाकडे धाव घ्यावी असं वाटेल अशी संग्रामगीतं, स्फूर्तिगीतं, संचलनगीतं

लिहिली. रामकथा गीतांतून नव्यानं सांगितली. कथा लिहिल्या, कादंबऱ्या लिहिल्या. सभासंमेलनं गाजविली. बालगंधर्वांनी गाणं जसं मराठी घराघरांतून पोहोचविलं, तशी ह्यांनी 'कविता' नावाची वस्तू घराघरांतून पोहोचविली. त्यांच्या शब्दांच्या ओळी मराठी भाषेत जाऊन बसल्या.

यानं पारितोषिकं मिळविली. राष्ट्रीय मान मिळविले. किताब संपादले. यानं आपल्या अक्षरानं वाचक मंत्रमुग्ध केले आणि यानं आपल्या वाणीनं श्रोते डोलविले.

एका पिढीचं भावजीवन समृद्ध केलं.

आईला हे सगळं ठाऊक होतं.

सुशिक्षित नसली तरी ती सुसंस्कृत होती, शहाणी होती.

मुलाचा खोकला रात्री-अपरात्री कानांवर आला तेव्हा हिच्या काळजात चर्रर झालं.

"बाबा रे, मला हा खोकला काही वेगळा वाटतो. तू त्याला एकदा डॉक्टरकडे घेऊन जा. तो सगळं अंगावर काढतोय. रोजच्या व्यापातनं स्वत:कडे लक्ष देण्यापुरती सुद्धा सवड त्याला नाही. तुम्ही दुर्लक्ष करू नका."

मी नामवंत डॉक्टरकडे त्यांना घेऊन गेलो. खोकल्यानं हैराण झालेले, पाठीत वाकलेले असे माझे वडील बंधू, डोक्याला मफलर गुंडाळून, गरम शाल पांघरूण माझ्याबरोबर आले. आजारानं सचिंत झालेल्या पेशंटच्या रांगेत बसले.

डॉक्टरांनी तपासलं आणि म्हणाले, "न्यूमोनिया आहे, फुप्फुसावर लहानसा पॅच आला आहे. आपण उपचार करू. बरं वाटेल."

महिनाभर उपचार सुरू होते. खोकला कमी झाला. बरं वाटलं.

त्यांचे व्याख्यानासाठी, समारंभासाठी परगावचे दौरे पुन्हा सुरू झाले.

सहा महिने गेले आणि खोकला पुन्हा बळावला.

भूकंपानं इमारत हादरावी तसं त्यांचं बलाढ्य शरीर हादरू लागलं.

मुंबईला गेले. तिथं तज्ज्ञांनी तपासलं आणि तत्काळ निर्णय दिला की, ऑपरेशन केलं पाहिजे.

का?

हे डॉक्टर काही बोलले नाहीत.

पेशंटपाशी, पेशंटच्या नातेवाइकांपाशी – कोणापाशी बोलले नाहीत. फक्त स्वत:च्या मोठ्या भावापाशी बोलले.

डॉक्टरांचा हा मोठा भाऊ माझा मित्र होता.

हा माझा जुना मित्र मुंबईहून पुण्याला आला, दुपारच्या वेळी माझ्या घरी पोहोचला.

सहज बोलल्यासारखं इकडचं तिकडचं बोलला आणि मग मध्येच आठवण आल्यासारखं करून म्हणाला, ''अरे बाय द वे, तुला एक किंचित सीरिअस बातमी द्यायची आहे. अजून शंभर टक्के नक्की झालेलं नाही, पण माझ्या डॉक्टर भावानं कविराजांना तपासलं आणि तो म्हणाला की, बहुधा ऑपरेशन करावं लागेल. लंगचा काही भाग कापावा लागेल.''

मी काही क्षण गप्प झालो. मग सावकाश विचारलं, ''डॉक्टरांना कॅन्सरचा संशय आहे का?''

हा गंभीर होऊन म्हणाला, ''हो.''


या आजाराचं नाव त्यानंतर आम्ही कोणीही उच्चारलं नाही.

ते आईला केव्हा, कसं कळलं हे मला ठाऊक नाही. आईजवळ जाऊन बोलत बसणं, ही गोष्ट मी टाळत राहिलो.


ऑपरेशन मुंबईला झालं.

फार सावकाशपणे जखम भरून आली. उजव्या छातीत फार मोठी पोकळी राहिली. बराच काळ मुंबईत राहून डॉक्टरांनी परवानगी दिली, तेव्हा माझे बंधू पुण्याला आले.


एकवार मी त्यांच्याकडे जायला आणि ते घराबाहेर पडायला एकच गाठ पडली.

अंगात सैल सदरा, स्वेटर, खाली धोतर, हातात काठी. इतके वाकून चालत होते की, मला दादा आठवले.

नेहमीचा त्यांचा उल्हसित स्वर केवढातरी क्षीण झाला होता.

''चल, फिरून येऊ.''


व्यग्र होते. स्वतःमध्येच होते.

रेल्वेफाटक... पुढची चाळीस पावलं बाजारपेठ... उजव्या बाजूचं शेतकी कॉलेजचं फाटक.

शांत रस्ता... शांत परिसर.... चिंचेची गच्च हिरवी झाडं... ज्वारीचं उभं शेत... त्यावरून उडणारे कावळे.

हिरवळीनं भरलेलं खेळाचं मैदान... नाचणाऱ्या साळुंक्या....

"बसू या इथं."

"हो."

दोन्ही पाय पसरून, दोन्ही हातांनी जमिनीचा आधार घेऊन बसले. समोरचं सगळं आभाळ पाहून झालं.

संध्याकाळचे सहा वाजले होते. सुखद हवा होती. डोक्यावर पाखरं हिंडत होती.

झाडाची वाळलेली पानं गिरगिरत खाली येत होती.

मूकपटाप्रमाणे हा प्रसंग मला नुसता दृश्यांतून आठवतो. आवाज कसला तर कसला म्हणून नाहीच. ते काय बोलले? मी काय बोललो? काही बोललो तर असणारच. पण नाही. काही-काही शब्द आठवत नाहीत.

पंधरा-वीस मिनिटं बसलो आणि उठलो. दिवस मावळता मावळता घरी परत आलो.

दीर्घ अशा आजारानं कृश झालेली, वाकलेली आणि नियतीला संपूर्णत: शरण गेलेली अशी माझ्या भावाची हीच मूर्ती आता माझ्या स्मरणात पक्की होऊन राहिली आहे.

वारंवार डॉक्टरकडे खेपा घालाव्याच लागत होत्या; पण हळूहळू त्यांची प्रकृती सुधारत होती. हिंडाफिरायला लागले होते. अंगानं पुन्हा थोडेफार भरले होते.

या एवढ्या मोठ्या आजारात आईचं आजारपणही रेंगाळत चालूच होतं. आता तिच्या मनावर थोरल्या लेकाच्या आजाराचं प्रचंड मोठं ओझं होतं.

वाट चालताना ओझं वागवणं, हे स्त्रीच्या भाळी अगदी इतिहासपूर्वकाळापासूनच आलं आहे. हिंस्र श्वापदाचा किंवा मानवाचा हल्ला झाला, तर लढण्यासाठी पुरुषानं आपले दोन्ही हात सदाच मोकळे ठेवले. या काळापासूनच पुरुष जास्ती ताकदवान असला पाहिजे. शिवाय गर्भारपण, प्रसूती, मासिकपाळी या स्त्रीला दुर्बळ करणाऱ्या गोष्टी होत्याच. घरदार नाही, जमीनजुमला नाही अशा या भटक्या काळात, आपल्या स्त्रीत्वाला आलेलं फळ – मूल हे सुद्धा आईला ओझंच होऊन राहिलं असलं पाहिजे.

डिसेंबर महिन्यात आईच्या आयुष्यातलं एक नवल घडलं.

'आदर्श माता' म्हणून तिचा जाहीरपणे सत्कार ठरला.

आई तशी फार धार्मिक वृत्तीची होती. सण-समारंभ, व्रतं-वैकल्यं असं तिचं

नित्य चाललेलं असे. देवाला पुरणा-वरणाचा नैवेद्य व्हायच्या दिवशी आम्ही भुकेनं कुळकुळत असलो, तरी ही सोवळं नेसून नैवेद्य दाखवूनच आम्हाला जेवू घालायची. मग दुपारचे तीन का वाजेनात. गावी असलो म्हणजे तर आई लहानसहान सण सुद्धा आवर्जून साजरे करायची. तिला हौस होती, सगळं माहीत होतं आणि करण्यात आनंद होता. ती धार्मिक होती, पण कर्मठ नव्हती. तिनं मंत्रचळेपणा केलेला मी कधी पाहिला नाही.

नोकरीच्या गावी असताना माझा एक छान, गोरागोरा असा शंकर म्हणून मित्र होता. तो जातीनं चांभार. आणखी एक सालोमन होता. हा ज्यू. पण मधल्या सुट्टीत धावत-पळत मी मित्रांना घेऊन घरात घुसायचो. हाती लागेल ते खायचो, पाणी प्यायचो. याबद्दल तिनं मला दटावल्याचं, बंदी घातल्याचं मला कधी स्मरत नाही.

माझ्या मोठ्या भावाचेही असे अनेक मित्र होते. एक बद्रुद्दीन होता, एक कुंभार होता, एक लाड होता, एक जैन होता. त्यांना सगळ्या घरात मुक्त संचार करता येत असे. आमच्या गावी तर घर सारवायला, भांडी धुवायला रामोशीण होती आणि कपडे धुवायला रश्शी नावाची महारीण होती. यामुळे आईच्या व्रतवैकल्यात कधी बाधा येत नसे. गुरवाची म्हातारी शेवटच्या आजारात देवळात जाऊन पडली, तर आई रोज तिला मऊ भात आणि लिंबाचं लोणचं घेऊन खाऊ घालायला जायची.

गुणी मारुती म्हणून एक महार शाहीर होता. म्हातारा झाला, खूप थकला. हा वाकत वाकत यायचा आणि मागल्या दारी काठी वाजवायचा.

आई जाऊन बघायची, तर हा.

"काय म्हणता, मारुतीबाबा?"

"काकी, मला सांजा खावा वाटतो."

"बसा, मी करते आणि देते."

आज मला तिच्या या वागण्याची फार अपूर्वाई वाटते. पण तिनं वैयक्तिक जीवनात केलेल्या या गोष्टींबद्दल कुणी तिचा कधी जाहीर सत्कार केला नसता.

तिनं शिक्षणासाठीही अनेकांना मदत केली. मदत केली म्हणजे उचलून पैसे दिले नाहीत; पण कष्ट केले. जेवणखाण करून घातलं. कपडे धुतले.

नात्यातला कुणी चुलत, मावसभाऊ शिक्षणानं अडला की ही उत्तेजन द्यायची.

'माझ्याकडे येऊन राहा. पाच पोरांत तू सहावा अधिक नाहीस.' म्हणायची.

भुकेलेल्याला अन्न दिलं की पुण्य लागतं, तसं कुणाच्या शिक्षणाला मदत केली, तरीही लागतं असं ती म्हणे.

तिच्या या लहानशा कामाबद्दलही कोणी उपकृत विद्यार्थ्यानं मोठेपणी तिला

कृतज्ञतेचा नमस्कार वाकून केला असेल, पण जाहीर सत्कार कोण आणि कशाबद्दल करील?

तिच्या लग्नाला पंचवीस वर्षं केव्हा पूर्ण झाली हे घरात कोणाला कळलं नाही. तिचा वाढदिवस कुणी कधी साजरा केला नाही.

तिची साठी आली आणि गेली... पंच्याहत्तरी आली आणि गेली... घरातल्या घरात तरी कोण समारंभ करणार?

हौस, मौज याविषयीच्या तिच्या अपेक्षा काय होत्या, कोण जाणे. पण आम्हा मुलांना घेऊन वडील-आई कधी एखाद्या ट्रिपला गेलेली मला आठवत नाहीत.

तिच्याबरोबर पंढरपूरच्या वारीला गेल्याचं मात्र आठवतं. अगदी लहानपणी, एकदा बैलगाडीचा प्रवास करून गंधर्व कंपनीचं 'कान्होपात्रा' हे नाटक पाहायलाही आम्ही गेलो होतो. वडीलही बरोबर होते आणि एकदा सगळे मिळून बोंबेवाडीच्या देवीला गेलो होतो. कधी रानात हुरडा खायला, कधी शेंगा खायला, कधी कणसं खायला. बाकी इतर केव्हा कौटुंबिक सहली केलेल्या आठवत नाहीत.

सत्कार-समारंभ भव्य होता. उंचावरल्या लांबलचक अशा टेबलाशी आणखी कोणी कोणी वृद्ध माता होत्या. आई होती. दिव्यांचा लखलखाट होता. उघड्यावरचं सभागृह श्रोत्यांनी गच्च भरलं होतं. सत्काराची भाषणं चालली होती.

मी चौथ्या-पाचव्या रांगेत जाऊन बसलो होतो. हा अपूर्व असा सोहळा होता. माझ्या आईचा एका विख्यात प्रतिष्ठानातर्फे सत्कार होत होता.

आईला काय वाटत होतं? मला मात्र विलक्षण आनंद वाटत होता.

आईच्या लांबलचक आयुष्यातला हा धन्य दिवस होता.

समारंभाला सुरुवात होऊन अर्धाएक तास झाला असेल, नसेल. कोणीतरी गृहस्थ रांगेत वाट काढत माझ्यापर्यंत आले. माझ्या खांद्याला स्पर्श करून कानात बोलले, ''कविराजांना बरं नाही, आपल्याला घरी जायचं आहे.''

मी उठलो आणि माझ्याप्रमाणेच कोणीतरी आईलाही व्यासपीठावरून हाताला धरून खाली उतरवताना मी पाहिलं.

म्हणजे? काय घडलं आहे?

आम्हाला घेऊन जाण्यासाठी मोटार आली. आई, मी बसलो. सहा-सात मिनिटांत घरी येऊन पोहोचलो.

– आणि शोकाचा कल्लोळ कानांवर आला.

आतल्या खोलीत गेलो तर पलंगावर मोठे बंधू निश्चल. माझा धाकटा भाऊ त्यांच्या पायाला मिठी घालून आक्रोश करीत आहे.

कोणीतरी शोकावेगानं सांगत होतं, ''समारंभाला जायचं म्हणून कपडे करून तयार झाले होते. म्हणाले, 'आईला घेऊन तुम्ही पुढे चला, मी आलोच' आणि 'अस्वस्थ वाटतंय' म्हणत-म्हणत अंगातलं जाकीट काढून ठेवलं. पलंगावर बसले आणि तिथंच कोसळले....''

आई लटपटत पुढे आली. मोठ्या मुलाच्या चेहऱ्याकडे तिनं क्षणभर निरखून पाहिलं. छातीवरची शर्टाची बटनं काढली आणि लेकाच्या रुंद छातीवरनं ती सबंध असा हात फिरवीत फिरवीत म्हणाली, ''बाळा, बाळा रे....''

□

## । अकरा ।

आज वर्ष झालं.

सप्टेंबरमधली एक निवांत सकाळ.

सुट्टीचा दिवस होता. मी घरात होतो. दोनच्या सुमाराला ऑफिसमधून फोन आला. कसलीशी अर्जंट तार ऑफिसच्या पत्त्यावर आली होती. पद्धतीप्रमाणे ड्युटी ऑफिसरनं ती घेऊन वाचली होती आणि मला तातडीनं फोन केला होता, "सर, तुमच्या खेड्याकडून तार आलीय. सॅड न्यूज आहे. पण... मी आपल्याला वाचून दाखवू का?"

"प्लीज...."

सावकाशपणे त्यानं मजकूर वाचला, "मदर एक्सपायर्ड टुडे."

आई गेली.

एक लांबलचक प्रवास संपला.

पिकलं पान गळून पडायचंच हे शहाणपण आपल्या आईबद्दल स्वीकारणं फार अवघड जातं. हे मरण स्वाभाविक नसतं. माहीत असूनही तो अपघातच असतो.

मोठा भाऊ गेल्यावर लगेच तिला गावी पोहोचविलं होतं. तो सगळा प्रसंग आठवला.

पांढरं पातळ नेसलेली आई, तिचा खिन्न चेहरा. धाकट्या भावानं हाताला धरलं होतं. सावकाशपणे ती एकेक पायरी उतरली.

त्याच वेळी तिच्या मनातलं मला कळलं. या पायऱ्या आता पुन्हा कधी काळी ती चढणार नव्हती.

एरवी कितीदा थांबून याच्या-त्याच्याशी बोलायची. निरोप घ्यायची. गालांवरून हात फिरवायची. विनोद करायची.

आज गप्प होती. मागं वळून सुद्धा न बघता मुकाट्यानं टॅक्सीत जाऊन बसली.

गेली....

पुढे लागोपाठ दोन-तीन वेळा मी गावी जाऊन भेटून आलो होतो. काही-नाही, आवराआवरच दिसली.

– आणि आज ही तार.

कितीही म्हटलं तरी तत्काळ निघणं होत नाहीच. आवराआवर होऊन निघेपर्यंत तीन वाजले.

सातारा, कऱ्हाड, विटं, रेणावी, खानापूर....

अजून भिवघाट लांब आहे, तोवरच अंधार झाला. शेवटचे अठरा मैल सरता सरले नाहीत. दुष्काळी काम म्हणून हा रस्ता करायला घेतलेला. जागोजागी उकराउकर केलेली. मातीचे, दगडांचे ढीग अडवत होते. इथंतिथं बाजूनं वाटा काढून दिलेल्या. खडी पसरलेली.

हा रस्ता टॅक्सी-ड्रायव्हरच्या परिचयाचा नव्हता. बिचकत बाचकत तो चालला होता. काही रहदारी नव्हती. वाहन नाही, माणसं नाहीत, वैराण मुलूख.

गावात पोहोचलो; तेव्हा रात्रीचे दहा वाजून गेले होते.

माणसाविषयी निसर्गालाही करुणा वाटत असलीच पाहिजे. योग्य कारणासाठी माणसाला दुःख झालं, तर असंख्य ताऱ्यांनी झगमगणारं आभाळही मलूल होतं. झाडंझुडं स्तब्ध होतात. वारा सुतक पाळतो आणि ओढ्याच्या दिशेला एकाकी टिटवी टाहो फोडत राहते.

गाव चिप होतं. घरापुढच्या मोठ्या पटांगणात कोणी माणूसकाणूस नव्हतं. घराचा मोठा दरवाजा उघडा होता. आत उजेड होता.

सोप्यात माणसं बसून होती. चार-दोन लोभातले शेतकरी, गावगाड्यातला म्हातारा रामोशी, माझे दोघे भाऊ. मंद प्रकाश आणि पाषाणात कोरल्यासारखी ही स्तब्ध माणसं.

आतल्या माजघरात बायका हलक्या आवाजात बोलत होत्या. लहानपणी ज्याच्या मागोमाग मी रानोमाळ हिंडलो, तो मेंढका जड आवाजात बोलला, ''मी म्हटलं न्हाई का, तात्यांची वाट हाय अजून!''

अंत्ययात्रा बऱ्याच वेळेपूर्वी आटपली आहे, हे कोणी न सांगताच कळलं.

तार केव्हा मिळाली? तुम्ही निघाला केव्हा याची हलक्या आवाजात चौकशी झाली.

दोनशे मैलांचं अंतर. आमच्या कुणाच्या येण्याची वाट बघायची, म्हणजे फार वेळ थांबून राहायचं.

सकाळी कोणीतरी तातडीनं तालुक्याला जाऊन तारा केल्या होत्या. फोन करावेत हे त्याला सुचलं नव्हतं. इथं या एवढ्याशा खेड्यात बातमी कळताच उभं गाव जमा होतं. दोन वेळा कधी चुकवू नयेत – 'एक तोरणवेळ आणि दुसरी मरणवेळ.' ही यांची श्रद्धा असते. गाव, वाड्यावस्त्यांवरची लोभाची माणसं. ती बसून राहतात. त्यांना किती तिष्ठत ठेवायचं म्हणून सगळं उरकून घेतलं होतं.

आईचं शेवटचं दर्शन मला झालं नाही. मला नाही, माझ्याप्रमाणेच अडीचशे मैल धावत आलेल्या सर्वांत धाकट्या भावालाही नाही.

सोप्यात भिंतीला टेकून बसलो आणि एक खिन्न जाणीव झाली की, बांधल्या पेंढीचा आळा आता सुटला आहे. सर्वांना बांधून ठेवेल असं काही उरलेलं नाही.

आई गेली की माणसाचं बरंच काही जातं.

फार दिवसांनी मी भेटलो, बोलत बसलो म्हणजे कधी कधी आई माझ्या बालपणीच्या आठवणी सांगे.

म्हणे, ''फार आईवेडा होतास. सारखा माझ्या मागं-मागं असायचास. ओढ्यावर पाण्याला गेले की मागं यायचास.

''संध्याकाळी देवाला गेले की बरोबर यायचास. कुठं ओळखीच्या घरी बोला-बसायला गेले तरी माझी पाठ काही सोडायचा नाहीस. गाईमागं वासरू असतं ना, तसा सतत माझ्या मागं असायचास.''

एवढं म्हणून आई साभिप्राय हसायची. म्हणजे भावार्थ असा की तुम्ही लहानधाकटे असता तेव्हा आई हवी असते; मोठे झालात की तिची गरज संपते.

मग पुढं झुकून चौकशी व्हायची, ''बरे आहात का? प्रकृती कशी आहे? हा

असल्या आजाराचा साप तुम्हा दोघातिघा भावंडांच्या पायात काय म्हणून सोडला असेल रे देवानं?''

– आणि इथं शब्द थांबायचे. जीर्णशीर्ण हात माझ्या पाठीवरनं, केसांतनं फिरायचा.

असं सांगतात की, हरणाच्या कळपात लहान पाडसाला आपली आई नेमकी ओळखता येत नाही. त्यासाठी हरिणीला वारंवार मागं वळून त्याला चाटावं लागतं. हा स्पर्श झाला की मग ते तिच्याच मागं गवतातून, कुसळांतून धावतं. एरवी चुकून कोणाच्याही मागं आई म्हणून जातं – कोल्ह्याच्या आणि तरसाच्या सुद्धा.

टॅक्सीचा ड्रायव्हर हळहळला. म्हणाला, ''साहेब, एवढे तातडीनं आलात, पण अखेरची गाठ नाही पडली. आता मातीला तरी हात लागू द्या.''

तिसरा दिवस. सकाळ.

गावच्या ओढ्याचं केवळ वाळूचं असं पात्र. अलीकडच्या काठाला, वाळूत इथं तिथं माणसं बसलेली. काही गावातली, काही परगावची. बरेच चेहरे तेवढे ओळखीचे. नावं पुसून गेलेली, भाऊबंदांपैकी पुष्कळच. जुनेपुराणे, काळवंडलेले, करपलेले चेहरे. गावातले काही, तर चाळीस-पंचेचाळीस वर्षांपूर्वी माझ्याबरोबर पाटीदप्तर घेऊन शाळेत बसलेले माझे शाळासोबती.

पाणपाखरं बसावीत तशी माणसं स्तब्धच बसून आहेत.

हीच ती जागा. बरोबर एकतीस वर्षांपूर्वी असेच आम्ही इथं बसलो होतो. वडील गेले होते. तेव्हा होते ते, आता नाहीत. काका नाहीत, तात्या नाहीत, मोठा भाऊ नाही.

राखेच्या एवढ्याशा ढिगाकडे बघत वाळूत मी उभा.

भराभरा सगळे पुढे सरकले.

''– पुढे व्हा, काका.''

मी उकिडवा बसून इतरांच्याबरोबर राख सावडू लागलो.

एक बोटाएवढा अस्थीचा तुकडा हाती आला.

त्याच्याभोवती तांबड्या काचेचं कडं होतं.

हे मनगट. ही आगीच्या आचेनं एवढीशी राहिलेली बांगडी.

शेवटी हे एवढंच मी पाहिलं आईचं : राख, एवढासा अस्थिवशेष आणि काचेची बांगडी....

□

www.ingramcontent.com/pod-product-compliance
Lightning Source LLC
Chambersburg PA
CBHW051552280626
47162CB00022B/1772
* 9 7 8 8 1 8 4 9 8 3 7 5 3 *